மூன்றாம் நதி

வா. மணிகண்டன்

யாவரும் பப்ளிஷர்ஸ்

மூன்றாம் நதி – நாவல் – வா. மணிகண்டன் – இரண்டாம் பதிப்பு
– மே 2017 – © ஆசிரியருக்கு – வெளியீடு – யாவரும் பப்ளிஷர்ஸ்
தொடர்பு : 9042461472 / 9364128995 –
மின்னஞ்சல் : *editor@yaavarum.com* – புத்தக அளவு : டெமி 1/8,
பக்கங்கள் : 104   விலை : 100

Moondram Nadhi : Novel - Vaa. Manikandan
- Second Edition : MAY 2017 - © Author - Yaavarum Publishers
- Contact : 9042461472 / 9364128995
- Email - editor@yaavarum.com - Book Size : Demi 1/8 -
Pages : 104   Price : 100

ISBN : 978-81-932995-0-0

நூல் வடிவமைப்பு : கோபு ராசுவேல்

அட்டை வடிவமைப்பு : சந்தோஷ் நாராயணன்

மூன்றாம் நதி

வா. மணிகண்டன் (பி.1982)

கோபிச்செட்டிபாளையத்திற்கு அருகில் உள்ள கரட்டடிபாளையம் என்னும் ஊரில் பிறந்த இவர் தற்பொழுது பெங்களூரில் வசிக்கிறார்.

www.nisaptham.com தளத்தில் தொடர்ந்து எழுதிவரும் இவரது முதல் நாவல் இது.

கண்ணாடியில் நகரும் வெயில் (2007), என்னைக் கடவுளாக்கிய தவிட்டுக் குருவி (2012) ஆகிய கவிதைத் தொகுதிகளும், சைபர் சாத்தான்கள் (2009), மசால் தோசை 38 ரூபாய் (2015) ஆகிய கட்டுரைத் தொகுதிகளும், லிண்ட்சே லோஹன் W/o மாரியப்பன் (2014) என்ற சிறுகதைத் தொகுப்பும் இவரது பிற புத்தகங்கள்.

கைபேசி + 91 96633 03156

மின்னஞ்சல் : vaamanikandan@gmail.com

நன்றி

நிசப்தம் வாசகர்கள், யாவரும்.காம், சரவணபாபு, வெங்கடாசலம் பழனிசாமி, பாண்டியராஜன், சோழன், சுசித்ரா, ராமநாதன் பழனிசாமி, அகிலா அலெக்ஸாண்டர், செந்தில்குமார் கவிபிரியா, திருப்பதி மகேஷ், மஹேஷ் ஜெயராமன், வினோத் சுப்ரமணியன்.

நண்பர்கள்

ஜீவ கரிகாலனுக்கும்
ஆனந்த் விருதகிரிக்கும்

முன்னுரை

மூன்றாம் நதி நாவலின் இரண்டாம் பதிப்பு வெளியாகிறது.

முதற்பதிப்பு வெளியான போது விழா எதுவும் நடத்தவில்லை. பதிப்பாளரும் வலியுறுத்தவில்லை. நாவலை ஏலம் விடுவதாகவும் யார் வேண்டுமானாலும் முதல் சில பிரதிகளை ஏலம் கூறி எடுத்துக் கொள்ளலாம் என்று அறிவித்திருந்தோம். இங்கிலாந்தில் வசிக்கும் திரு. சார்லஸ் ஒரு லட்ச ரூபாய்க்கு முதல் பிரதியை எடுத்துக் கொண்டார். இரண்டாம் பிரதியை காங்கோவில் வசிக்கும் திரு.சந்தானராமன் ஐம்பதாயிரம் ரூபாய்க்கும், மூன்றாம் பிரதியை திரு. அருண்குமார் பத்தாயிரம் ரூபாய்க்கும் ஏலம் கோரினார்கள். திரு.அம்ஜத் சந்திரன், திரு. ஹரிஹரன், திரு. துரைமுருகன் ஆகியோர்களின் ஏலம் காரணமாக மொத்தமாக ஒரு லட்சத்து எண்பதாயிரம் ரூபாய் கிடைத்தது. நூறு பக்கமுள்ள ஒரு புத்தகத்தை இவ்வளவு தொகை கொடுத்து வாங்குவார்கள் என்று எதிர்பார்த்திருக்கவில்லை. மொத்தத் தொகையையும் பல ஏழை மாணவிகளின் கல்வித்தொகைக்கு வழங்கினோம்.

மிகத் திருப்தியளித்த செயலாக அது அமைந்தது. புத்தகத்தை எழுதிய பிறகு கூட்டங்கள் நடத்துவது, பத்திரிக்கைகளில் விமர்சனங்கள் வெளியாக பிரயத்தனப்படுவது என்பதையெல்லாம் விடுத்து எழுத்து வழியாக மேற்சொன்ன காரியங்களைச் செய்வதைத்தான் எழுத்துச் செயல்பாடாகக் கருதுகிறேன்.

இலக்கியவாதிகள், அறிவுஜீவிகளின் அங்கீகாரங்களைவிடவும் எளிய வாசகர்களின் அங்கீகாரங்கள்தான் உவகை கொள்ளச் செய்கின்றன. நாவல் வெளியான சமயத்தில் வாசகர்களிடமிருந்து நிறை குறைகளைத் தாங்கிய மின்னஞ்சல்கள் வந்தன. அத்தகைய கடிதங்களையும், தமது இல்லத்தின் புதுமனைப் புகுவிழாவில் கலந்து கொள்வதற்காக வந்த விருந்தினர்களுக்கு அன்பளிப்பாகக் கொடுப்பதற்காக நூற்றுக்கணக்கான பிரதிகள் வாங்கிய திரு. பிரகாஷ் ராஜமாணிக்கம் அளித்த முக்கியத்துவத்தையும் இந்நாவலுக்கான அங்கீகாரங்களாக எடுத்துக் கொண்டேன்.

எழுத்து வழியாக அடுத்தவர்களைச் செதுக்குவதைவிடவும் எழுதுகிறவன் முதலில் தம்மைச் செதுக்கிக் கொள்வது அவசியம். எழுதுகிறவன் எழுத்தில் ஒரு மாதிரியும், நிஜ வாழ்வில் இன்னொரு மாதிரியும் வாழ்ந்தால் அவனை 'போலி' என்று சொல்லிவிடுவார்கள். எழுத்து என்பது எப்பொழுதும் எழுதுகிறவனின் கண்ணாடியாக இருக்க வேண்டும். தம்மை இந்தச் சமூகத்தில் புத்திமானாகவும் ஆளுமையாகவும் காட்டிக் கொள்வதற்காக எழுத்தைப் பயன்படுத்தாத மனநிலைதான் பெரும் பேறு. தம்மைத் தாமாகவே எழுத்தில் காட்டும் போது, அது நமக்கான இடத்தை ஸ்திரமாக்கிக் கொடுத்துவிடும் என்று உறுதியாக நம்பலாம்.

நாவலின் நாயகி பவானியை மையமாக வைத்து இந்த நாவலின் இரண்டாம் பகுதியை எழுத வேண்டும் என்ற ஆசை இருக்கிறது. மனதுக்குள் குதப்பிக் கொண்டிருக்கிறேன். எப்பொழுதாவது சரியான வடிவம் கிடைக்கும் போது எழுதிவிட வேண்டும்.

கோபி கலை மற்றும் அறிவியல் கல்லூரியின் தமிழ்த்துறைத் தலைவர் பேராசிரியர் மகுடீஸ்வரன் அழைத்து மூன்றாம் நதி நாவலை முதலாமாண்டு மாணவர்களின் பாடத்திட்டத்தில் சேர்த்துக் கொள்வதாகச் சொன்னார். அவ்வளவு மகிழ்ச்சி எனக்கு. அவருக்கும் கல்லூரியின் நிர்வாகத்திற்கும் நன்றி.

பலரும் நினைப்பது போல எழுத்து ஒன்றும் அகப்படாத வஸ்து இல்லை. பலதரப்பட்ட புத்தகங்களை வாசிப்பதன் வழியாக நம்முடைய எழுத்தும் வடிவம் பெறுகிறது. பயணங்கள் மற்றும் மனிதர்களின் சந்திப்பிலிருந்து அனுபவங்கள் சேகரமாகிறது. தொடர்ச்சியான பயிற்சியின் வழியாக நாம் எழுதுவதும் உருவேறுகிறது. இப்படி வாசிப்பின் வழியாகவும், அலைதலில் பெறுகிற அனுபவங்களினூடாகவும், பயிற்சியின் காரணமாகவும் நமக்கு வசப்படுகிற எழுத்தானது சமூகத்திற்கானதாகவும் சாமானியர்களுக்கானதாகவும் இருக்க வேண்டும்.

எப்பொழுதும் உடன் பயணிக்கும் நிசப்தம்.காம் வாசகர்களுக்கும், யாவரும் பதிப்பகத்திற்கும் அன்பு.

மிக்க அன்புடன்
வா. மணிகண்டன்
14-மே, 2017.

1

பவானியின் கைகள் நடுங்கத் தொடங்கியிருந்தன. நா வறண்டு கொண்டிருந்தது. இனம்புரியாத பதற்றம். கால்கள் வலுவிழந்தது போலிருந்தது. 'என்னாச்சு?' என்று திரும்பத் திரும்பக் கேட்டுக் கொண்டிருந்தாள். அவளுக்கு மட்டுமே கேட்கும்படியான பிதற்றல் அது. அதற்கு மேலாக என்ன கேட்க வேண்டும் என்று அவளுக்குத் தோன்றவேயில்லை. அதிர்ந்திருந்தாள். அந்தச் சொல் மட்டும் அனிச்சையாக வந்து விழுந்து கொண்டேயிருந்தது.

மணி நான்கைத் தாண்டியிருக்கக் கூடும். மஞ்சள் நிறப் பள்ளி வாகனங்கள் குழந்தைகளை வீடுகளில் இறக்கிவிடுவதற்காகக் குறுக்கும் நெடுக்குமாக அலைந்து கொண்டிருந்தன. பவானியின் கணவன் குடிப்பான் ஆனால் குடிகாரன் இல்லை. 'அக்கா வா' என்று அந்தப் பொடியன் அழைத்த போது பவானி கையகல முகக் கண்ணாடியில் தலையைச் சரி பார்த்துக் கொண்டிருந்தாள். அவளுடைய கணவன் போதையில் தனக்குத் தானே தீ வைத்துக் கொண்டதாகச் சொல்வதற்காக ஓடி வந்திருந்தான். திசையைக் காட்டினான். அவன் பற்றி எரிந்து கொண்டிருந்தான். கரும்புகை மேலே எழும்பி இடமும் வலமுமாக அசைந்து கொண்டிருந்தது. ஓலம் எதுவுமில்லை. அப்படியே இருந்தாலும் காதில் விழாது. குடிசையிலிருந்து எப்படியும் ஆயிரம் அடி தள்ளித்தான் அந்தத் தண்ணீர் டேங்க் இருக்கிறது. அதற்கு கீழாக அமர்ந்து குடித்துக் கொண்டிருந்தவன் பெட்ரோலை ஊற்றிக் கொண்டு தீக்குச்சியை உரசிவிட்டதாகச் சொன்னான். செந்நிறத் தீ அவனோடு சேர்த்து அவளது சொற்களையும் எரித்துக் கொண்டிருந்தது. பேச எதுவுமில்லை. என்னென்னவோ நினைவுகள் துண்டுச் சித்திரங்களாகத் தோன்றி மறைந்தன. பவானி அவனை நோக்கி ஓடினாள்.

எரிகிற தழலிலிருந்து பதினைந்து அடிகள் தள்ளி சிலர் கவனமாக நின்றிருந்தார்கள். அவன் எந்த அசைவும் இல்லாமல் எரிந்து கொண்டிருந்தான். அநேகமாக முடிந்துவிட்டது. தீயிலிருந்து சிறு சிறு வெடிச் சப்தங்கள் எழும்பின. உடல் பிளந்து கொழுப்பு

உருகி வெளியேறிக் கொண்டிருந்தது. மூச்சிரைக்க ஓடி வந்த பவானி அவனைப் பார்த்ததும் நினைவு வந்தவளாய் கத்தத் தொடங்கியிருந்தாள். அருகில் செல்ல முயன்றவளை ஒன்றிரண்டு பேர் தடுத்தார்கள்.

‘அய்யோ...தீயை அணைங்க’ என்றாள். அது அவ்வளவு சுலபமான காரியமாகத் தெரியவில்லை.

ரத்தமும் சதையுமாக அவளோடு வாழ்ந்தவன் வெந்து கொண்டிருந்தான். அவனது கோபமும் வெறியும் முத்தங்களும் நினைவுக்கு வந்து போயின. அவன் எரிவதைப் பார்க்க முடியாமல் நடுங்கினாள். தலை சுற்றியது. தலையைப் பிடித்துக் கொண்டு சரிந்தாள். தீ கருணையே இல்லாமல் கோர நடனத்தை அரங்கேற்றிக் கொண்டிருந்தது. யாராக இருந்தால் என்ன? என்னவாக இருந்தால் என்ன? தீக்கு எல்லாமே ஒன்றுதான். காய்ந்த சருகின் மீது எரிந்தாலும் அதே வேகம்தான். மனிதன் மீது எரிந்தாலும் அதே பாய்ச்சல்தான்.

‘என்னை விடுங்க... என் தங்கம் கருகுதே’ என்றாள். அவளது கதறல் பரிதாபமாக இருந்தது.

‘அவனுக்குச் சுடுமே..’ என்ற அழுகையில் அவளது மொத்த அன்பும் வெளிப்பட்டது.

பவானியை இரண்டு புதிய கைகள் இறுக்கியிருந்தன. அவள் திமிற முடியாமல் அடங்கியிருந்தாள். தீ சடசடத்துக் கொண்டிருந்தது. கூட்டத்திலிருந்த யாரோ ஒருவன் அவசர ஊர்தியை அழைத்தான்.

‘இல்ல சார்.. உயிர் இருக்கிற மாதிரி தெரியல’ என்றான். இணைப்பு துண்டிக்கப்பட்டது.

‘உயிரோட இருந்தாத்தான் ஆம்புலன்ஸ் வருமாம்... இப்போ போலீஸுக்கு சொல்லச் சொல்லுறாங்க’ என்று கூட்டத்தைப் பார்த்து பொதுவாகச் சொன்னான். அலைபேசியைத் தனது சட்டைப்பையில் வைத்தபடியே மற்றவர்களின் முகங்களை கவனமாகப் பார்த்தான். காவல்துறை என்றால் தன்னால் அழைக்க முடியாது என்ற உடல்மொழியையும் முகமொழியையும் அவன் காட்டிக் கொண்டிருந்தான். அவன் மட்டுமில்லை அங்கிருந்த யாருமே அதற்குத் தயாராக இல்லை.

‘நீங்க யாரு? முதலில் யார் பார்த்தது? எங்கிருந்து பேசறீங்க?’

என்று காவல்துறையினர் கேட்கக் கூடும். பதில் சொன்னால் வெட்டி விவகாரம். ஏற்கனவே கூடியிருந்தவர்கள் மேகம் கலைவது போல விலகினார்கள். ஆனால் புதுப் புது ஆட்கள் தங்களது வாகனத்தை ஓரங்கட்டிவிட்டு வந்து வேடிக்கை பார்த்தார்கள். பிறகு பவானியின் முகத்தையும் பார்த்தார்கள். அவளின் முகம் வெகு திருத்தமாக இருந்தது. முப்பதைத் தாண்டிய வயதுக்குரிய திருத்தம் அது. வயதுக்குத் திருத்தம் இருக்குமா? இல்லாமல் என்ன? பவானிக்கு இருந்தது.

ஒரு கன்னட முதியவர் 'நிம்மத்ர ஃபோன் இல்வா?' என்றார். அவள் எந்த பதிலும் சொல்லாமல் திக் பிரமையில் வெறித்துக் கொண்டிருந்தாள். பெரியவர் அதற்கு மேல் எதுவும் கேட்கவில்லை. தீச்சுடர் குறைந்து கொண்டிருந்தது. கொழுப்பு முழுவதுமாக எரிந்துவிட்டது. அவளுடைய சேரிக்காரன் ஒருவன் அங்கே இருந்தான். முரட்டு ஆசாமி. கழுத்தில் பெரிய சங்கிலியும் தலைக்குச் சாயமும் அடித்திருந்தவன் பான் மசாலாவை மென்று கொண்டிருந்தான். அவன் அங்கே இருந்தது பவானிக்கு ஒருவகையில் ஆறுதலாக இருந்தது. தெரிந்த முகத்தின் அருகாமை அளிக்கும் ஆறுதல். அவன் யாரையோ அலைபேசியில் அழைத்தான். அவன் பேசிக் கொண்டிருக்கும் தருணத்திலேயே இரண்டு பெண்கள் ஓடி வந்தார்கள். பவானி அவர்களைப் பார்த்தவுடன் மீண்டும் அழத் தொடங்கியிருந்தாள். அவர்கள் ஆறுதல் எதுவும் சொல்லவில்லை. அவர்களும் அழ ஆரம்பித்திருந்தார்கள். அதுவரை அந்த இடத்தில் நிலவி வந்த விசித்திரமான பதற்றம் விலகி பிணம் கிடப்பதான சூழல் உருவாகியிருந்தது. பவானியின் சேரி ஆட்களால் அந்த இடம் மெதுமெதுவாக நிரம்பிக் கொண்டிருந்தது.

எதனால் இப்படிச் செய்து கொண்டான் என்பதுதான் பெரும்பாலானவர்களின் கேள்வியாக இருந்தது. ஒவ்வொருவரும் ஒவ்வொரு விதமாகப் பேசினார்கள். பவானி அந்த இடத்தில் எதையும் பேசிவிடக் கூடாது என்று முடிவு செய்திருந்தாள். அவளால் பேசாமல் இருக்க முடியவில்லை. சொற்கள் அவளது கட்டுப்பாட்டை இழந்து கொண்டிருப்பதாகப் பட்டது. மார் மீது அடித்துக் கொண்டு அழுதாள். நெஞ்சு அடைத்துக் கொள்ளக் கூடும் என்று அவளது கைகளை இரண்டு பெண்கள் பிடித்தார்கள். அவர்கள் பிடித்துக் கொண்டதும் அழுகை பீறிட்டது.

'எனக்கு ஏன் இப்படியெல்லாம் நடக்குது?' என்று நெற்றியில்

அறைந்து கொண்டாள். கண்களும் நெற்றியும் சிவந்து போயிருந்தன. முகமெல்லாம் கண்ணீர் பரவி தலைமுடி கலைந்து அலங்கோலமாகியிருந்தாள். அவளை அவ்வளவு அலங்கோலமாக யாருமே பார்த்ததில்லை.

எதைப் பற்றியும் யோசிக்காமல் தன்னைத் தவிக்க விட்டுவிட்டான் என்கிற அங்கலாய்ப்பு அவளைத் துவளச் செய்தது. இனி தன் வாழ்க்கை எப்படித் திசை மாறும் என்ற நினைப்பும் எழாமல் இல்லை. அந்த நினைப்பு மிகப்பெரிய சித்ரவதையாகத் தெரிந்தது. அவன் இல்லாத வெறுமை அதைவிடக் கொடுமையாக இருந்தது.

சில பெண்கள் மூக்கைப் பொத்தியபடி நின்றிருந்தார்கள். கருகும் வாடை அந்தப் பகுதி முழுவதும் நெடியைப் பரப்பியது.

தொட்டிலில் தூங்கிக் கொண்டிருந்த குழந்தையின் நினைப்பு வந்த போது பவானி ஒரு கணம் அதிர்ந்து போனாள். அதுவரை குழந்தையைப் பற்றி தன்னால் எப்படி நினைக்க முடியாமல் இருந்தது என்று ஆச்சரியமாகவும் இருந்தது. அருகிலிருந்த பெண்ணிடம் குழந்தையைப் பற்றிச் சொன்னாள். தான் சென்று பார்த்துக் கொள்வதாகச் சொல்லிவிட்டு அவள் கிளம்பினாள். குழந்தைக்கு நான்கு மாதம் ஆகிறது. அவன் தான் பெயர் வைத்தான்.

பிரசவ அறையில் வந்து பார்த்துவிட்டு 'பவித்ரா... பேர் நல்லா இருக்கா?' என்றான்.

'பழைய லவ்ஸா?' என்றாள். அவன் சிரித்து மழுப்பினான். அந்தப் பெயரையே குழந்தைக்குச் சூட்டியிருந்தார்கள். குழந்தையின் பெயரைச் சொல்லி பவானி அழுதாள்.

மாலை வெகு சீக்கிரமாகக் கரைந்து கொண்டிருந்தது. இரண்டு காவலர்கள் பைக்கில் வந்து இறங்கினார்கள். ஒருவர் கூட்டத்தை ஒதுங்கச் சொன்னார். இன்னொருவர் பவானியிடம் கேள்விகளைக் கேட்டார்.

'பேரு?'

'லிங்கப்பா'

'எந்த ஊரு?'

'சிக்கு பேகூர்'

'உம் புருஷன்தானா?'

பவானி பதில் எதுவும் சொல்லவில்லை. அந்தக் கேள்வி துளி சந்தேகத்தைக் கூட எழும்பியது. ஒருவேளை வேறு யாராவதாக இருக்கக் கூடுமோ? அந்தச் சிறுவன் சொன்னதை நம்பி ஓடி வந்திருந்தாள். முகத்தையும் முழுமையாகப் பார்க்க முடியவில்லை. எதனடிப்படையில் இவ்வளவு நேரம் அழுது கொண்டிருந்தோம் என்று சந்தேகிக்கத் தொடங்கினாள். லிங்கப்பா திரும்பி வந்துவிடக் கூடும் என்கிற நினைப்பு சந்தோஷமளிப்பதாகவும் கூட இருந்தது. அவளையுமறியாமல் இதழ்கள் மெலிதாக அரும்பியிருந்தன. பிணத்தின் முகத்தைப் பார்ப்பதற்கு எத்தனித்தாள். தீ கிட்டத்தட்ட அணைந்திருந்தது. உடல் கரிக்கட்டையாகிக் கிடந்தது. கைகள் முறுக்கேறிக் கிடந்தன. அடையாளம் தெரியவில்லை.

'இவன் உம் புருஷனா?' காவலர் மீண்டும் அதே கேள்வியைக் கேட்டார்.

'ஆமா' பவானி குழப்பத்துடன் பதில் சொன்னாள்.

வேறு சில கேள்விகள். வேறு சில பதில்கள்.

அமரர் ஊர்தி வந்து சேர்ந்தது. வெள்ளைத் துணியைப் போர்த்தி ஸ்ட்ரெச்சரில் பிணத்தை ஏற்றினார்கள். மீண்டும் ஓலம் பெருகியது. முகத்தில் துணியைக் கட்டியிருந்த ஊழியர்கள் இரண்டு பேர் கரிக்கட்டையை உள்ளே தள்ளினார்கள். அப்பொழுது நகரத்தின் சோடியம் விளக்குகள் எரியத் தொடங்கியிருந்தன.

2

வெம்மை அதன் உச்சத்தில் ஏறிக் கொண்டிருந்தது. காகம் கரைவதைத் தவிர எந்தப் பறவையின் சப்தமும் கேட்காத வெடித்துப் பிளந்த அந்தப் பாலை நிலத்தில் ஓணான்கள் தலையை அசைத்துக் கொண்டிருந்தன. ஊரின் துக்கத்தையெல்லம் அந்த நிசப்தமும் தலையசைப்பும் சொல்லிக் காட்டுவதாகத் தோன்றியது. அமாசையின் நடையில் சரளைக் கற்கள் சலனமுற்றன. தளர்ந்திருந்தான். அவனுக்கு முன்னால் நடந்து கொண்டிருந்த சின்னசாமி எதுவும் பேசாமல் சென்று கொண்டிருந்தார். தன்னிடம் வேலை செய்யும் அமாசையின் முன்னால் உடைந்துவிடக் கூடாது என்று திரும்பத் திரும்ப நினைவுபடுத்திக் கொண்டார். அது சவாலான வைராக்கியமாக இருந்தது. இருவரும் சனிக்கிழமைச் சந்தையில் மாடு ஒன்றை விற்றுவிட்டு வருகிறார்கள். சொற்பமான விலைதான்.

'மனுஷனுக்கே தண்ணியில்ல' என்று விலை கேட்கக் கூட நாதியில்லை. சுற்றுவட்டாரம் முழுக்க இதே நிலைமைதான். கோயமுத்தூர் தரகன்தான் விலை கேட்டான். மேய்த்த கூலி கூடக் கட்டுபடியாகாத விலை.

இரண்டு வாரங்களுக்கு முன்பாகத்தான் கன்றுக் குட்டியை விற்றிருந்தார்கள். ஒரு மழை பெய்தால் கூட மேய்ச்சலுக்குப் பச்சை வந்துவிடும் என்கிற நம்பிக்கையில்தான் மாட்டை மட்டும் வைத்துக் கொண்டிருந்தார்கள். நம்பிக்கை பொய்த்துக் கொண்டேயிருந்தது. நாளுக்கு நாள் மாடு இளைத்துக் கொண்டே போனது. சோளத் தட்டும் காலியாகியிருந்தது. இனி சமாளிக்க முடியும் என்று தெரியவில்லை. இன்னமும் பால் சுரக்கும் கறவைதான் என்றாலும் விற்றுவிட முடிவு செய்தார்கள்.

தரகனிடம் 'பால் கறக்கற மாடு' என்று சின்னசாமி சொல்லிப் பார்த்தார்.

'அதனால்தான் இந்த விலை' என்று பேச்சை முடித்துக் கொண்டவன் மேற்கொண்டு எதுவுமே பேசவில்லை. வேறு

வழியில்லை. தான் சொன்ன விலையை விட ஒற்றை ரூபாய் கூடக் கூடுதலாகக் கொடுக்க அவன் தயாராக இல்லை. பணத்தை வாங்கிக் கொண்டு இரண்டு பேரும் ஊர் திரும்பினார்கள். மாடு தூரத்தில் கத்திக் கொண்டேயிருந்தது. இருவருக்குமிடையில் பேசுவதற்கான சங்கதி எதுவுமில்லாதது போல இருந்தது. மனதில் பாரம் ஏறும் போது அது பேச்சைத் தின்றுவிடுகிறது. அந்தத் தரகன் மாடுகளைக் கேரளாவுக்கு அனுப்பி வைப்பதாக அமாசை கேள்விப்பட்டிருக்கிறான். அது துக்கத்தைக் கூடுதலாக்கியது. கன்றுக்குட்டியாக இருந்த காலத்திலிருந்து அமாசைதான் வளர்த்தான். 'மகாலட்சுமி அது. அடிமாடா போகுது' என்று நினைத்த போது தொண்டை விக்கித்துக் கொண்டது. மழை மீதும் மண் மீதும் ஆத்திரமாக வந்தது. பொத்துக் கொண்டு வந்த அழுகையைத் துண்டை வைத்து அடக்கிக் கொண்டான்.

சின்னசாமி அவனைக் கண்டும் காணாததும் போல இருந்தார். அவருடைய துக்கம் அவருக்கு. கடன் கொடுப்பதற்குக் கூட யாருமில்லை. கூட்டுறவு சங்கத்தில் கடன் வாங்கித்தான் கடலை விதைத்திருந்தார். அவை ஈரம் காணாமல் மக்கிப் போய் இரண்டரை வருடங்கள் உருண்டோடிவிட்டது. அவ்வப்போது சங்கத்திலிருந்து கடன் தொகையைக் கட்டச் சொல்லி கடிதம் அனுப்பினார்கள். சில மாதங்களுக்கு முன்பு வரை மனைவியின் நகைகளை அடகு வைத்தும் விற்றும் பணத்தைப் புரட்டிக் கொண்டிருந்தார். ஆறு மாதங்களுக்கு முன்பாக மிச்சமிருந்த குன்றிமணி நகையையும் விற்றுத்தான் ஆஞ்சியோப்ளாஸ்ட் செய்தார்கள். நோய்க்கு நேரமும் இல்லை காலமும் இல்லை. பஞ்சத்தில் இருப்பவன் என்றால் அதற்கு அத்தனை இளக்காரம். வந்து ஒட்டிக் கொண்டது. கையிருப்பைக் கரைத்தாயிற்று. கசங்கிய சட்டையும் வேட்டியுமாக அவர் ஆளே மாறியிருந்தார். அமாசை அழுதுவிட்டான்; அவர் அழவில்லை. அவ்வளவுதான் வித்தியாசம்.

அமாசையின் தாத்தா காலத்திலிருந்தே சின்னசாமியின் தோட்டத்தில்தான் வேலை செய்கிறார்கள். கஷ்டமோ நஷ்டமோ அமாசையின் குடும்பம் அவர்களோடுதான் இருந்தது. பாதி தூரம் கடந்த பிறகு 'எப்படிச் சொல்லுறதுன்னு தெரியல' என்று சின்னசாமி ஆரம்பித்தார். பெயரைக் கூடச் சொல்லாமல் அவர் பேச ஆரம்பித்த போது அமாசையின் கவனம் எங்கேயோ இருந்தது. அவரது முகத்தை ஒரு முறை பார்த்துவிட்டு மீண்டும் நடக்கத் தொடங்கினான். தொண்டையைக் கணைத்துக் கொண்டவர் சில

விநாடிகளுக்குப் பிறகு 'கணக்கை முடிச்சுக்கலாம்' என்றார்.

அமாசைக்குத் தூக்கிவாரிப் போட்டது. தலைமுறை தலைமுறையாகத் தொடரும் பந்தத்தை ஒற்றை வரியில் முடிவுக்குக் கொண்டு வர முடியுமா? அவன் இப்படியொரு சூழலை எதிர்பார்த்திருக்கவில்லை. நெஞ்சுக்குள் ஏதோ பாரமாக இடறியது. சோறு இல்லையென்றாலும் அவர்கள் வீட்டு நாய் காவல் காத்துக் கொண்டுதான் இருக்கிறது. தன்னாலும் அப்படி வாழ்ந்துவிட முடியும் என்று நினைத்துக் கொண்டிருந்தவன் அவன். உறைந்து போனான்.

'குடிக்கிற கஞ்சியோ கூழோ உங்க ஊட்டுக்கும் சேர்த்து ஊத்தறதுதான் நியாயம்...ஆனா குடிக்கிறதுக்கே கஞ்சியில்லையே' என்றபோது அந்த மனிதர் உடைந்து விட்டார்.

அவர் அழுது அமாசை பார்த்ததேயில்லை. அழுதுவிடக் கூடாது என்கிற அவருடைய வைராக்கியம் பொடிப் பொடியாக நொறுங்கிப் போயிருந்தது. எவ்வளவுதான் வாட்டமாக இருந்தாலும் சலனமில்லாமல் அமர்ந்திருக்கும் இரும்பு மனிதராகத்தான் அவரைத் தெரியும். புழுக்கமும் வெக்கையும் அவரை உடைத்து வேடிக்கை பார்ப்பதாகத் தோன்றியது. அந்த மனிதர் குலுங்கி அழுவதைக் காணச் சகிக்கவில்லை. பாழாய் போன மழை மனிதர்களை எவ்வளவு கீழே தள்ளிவிடுகிறது என்று நினைத்துச் சாபம் விட்டான். அவனது சாபம் பற்றிய எந்தக் கவலையுமில்லாமல் வானம் தெளிவாக இருந்தது. மேலே பார்க்க முடியாத அளவுக்குக் கண்கள் கூசவும் தலையைக் குனிந்து கொண்டான். வழிநெடுகக் காய்ந்த பனைமரங்கள் தலையைக் குனிந்து கிடந்தன.

அதிர்ந்து கிடந்தவன் 'நாங்க எங்க போறது?' என்றான். இப்படிக் கேட்டு அவரை மேலும் சங்கடத்திற்குள்ளாக்கக் கூடாது என்றுதான் விரும்பினான். இந்தக் கேள்விக்கு அவரிடம் பதில் இருக்காது என்பதும் அவனுக்குத் தெரியும். ஆனால் அந்தக் கேள்வி அவனை அலைக்கழித்துக் கொண்டிருந்தது. மொத்த அலைக்கழிப்பையும் அவனிலிருந்து வெளியேற்ற அந்த ஒரு கேள்வி அவசியமானதாக இருந்தது. மீண்டும் கேவி அழத் தொடங்கினான். இருவரும் சில அடிகள் எடுத்து வைத்தபிறகு ஏதோ நினைப்பு வந்தவனாக 'எங்க ஆளுங்க பெங்களூரு போறாங்க' என்றான். அவனையுமறியாமல் வந்து விழுந்த வார்த்தைகள் அவை. பெங்களூரில் கட்டிட வேலை

நிறையக் கிடைக்கிறது என்கிறார்கள். கூலியும் சற்று கூடத்தான். ஆரம்பத்தில் வேலை கஷ்டமாக இருக்கும். பிறகு பழகிவிடும் என்று யாரோ சொல்லியிருந்தார்கள். ஆனால் அது பற்றியெல்லாம் அமாசை அதுவரை யோசித்திருக்கவேயில்லை. இந்த ஊரிலேயே காலத்தைக் கடத்திவிட வேண்டும் என நினைத்திருந்தான். பஞ்சம் பிழைப்பதற்காகக் பிறந்து வளர்ந்த ஊரை விட்டு வெளியூருக்கு ஓடுவது அவமானம் என்று நினைத்து வந்தவன் அவன். பிறகு ஏன் இப்படி ஒரு நினைப்பு அடியாழத்தில் ஒட்டியிருக்கிறது என்பதை அவனால் புரிந்து கொள்ள முடியவில்லை. பார்க்கச் சகிக்காத இந்தக் கடும் வறட்சி தன்னை மாற்றியிருக்க வேண்டும் என நினைத்துக் கொண்டான்.

மொழி தெரியாத ஊர், இளம் மனைவி, நான்கு வயதுப் பெண் குழந்தை என்ற எல்லாவற்றையும் போட்டு மனது குதப்பிக் கொண்டிருந்தது. ஆனால் இந்த ஊரைவிட்டு தான் வெகு சீக்கிரக்கிரத்தில் கிளம்பிவிடுவோம் என்கிற முடிவுக்கு அவன் கிட்டத்தட்ட வந்துவிட்டதாகத் தோன்றியது.

'மழை பெய்யலைன்னா குடும்பத்தோட விஷத்தைக் குடிச்சுடுவேன்' என்றார் சின்னசாமி. அதை அவர் வெகு தீவிரமான யோசனைக்குப் பிறகு சொன்ன மாதிரி தெரிந்தது. அமாசை விக்கித்து நின்றான். சின்னசாமி குறித்தான அவனுடைய மனத்தோரணையும் பிம்பமும் உடைந்து சிதறியது. அவரது கால்களைக் கட்டிக் கொள்ள வேண்டும் போலிருந்தது. துண்டை எடுத்து வாயில் பொத்திக் கொண்டு அழுதான். அவர் நடந்து கொண்டே இருந்தார். அமாசை தேம்பியபடியே பின் தொடர்ந்தான். அதற்கு மேல் அவர்கள் பேசிக் கொள்வதற்கு எதுவுமில்லை. தூரத்தில் காகம் கரைந்து கொண்டிருந்தது. நடந்து கொண்டிருந்தார்கள். சரளைக் கற்களின் ஒலி மட்டும் அவர்களைப் பின் தொடர்ந்து கொண்டிருந்தது.

3

மடிவாலா பேருந்து நிறுத்தத்தில் ஆள் நடமாட்டமே இல்லை. முழுமையாக இருள் வியாபித்திருந்தது. புது ஊரில் இறங்குகிறோம் என்கிற தயக்கத்தையும் தாண்டி அமாசையின் கண்களுக்குள் தூக்கம் மிச்சமிருந்தது. ஓசூரைத் தாண்டியதும் காதுகளுக்குள் புகுந்த குளிர் மடிவாலாவில் பன்மடங்காகச் சில்லிட்டுக் கொண்டிருந்தது. இப்படியொரு குளிரை அமாசை வாழ்நாளில் எதிர்கொண்டதேயில்லை. பற்கள் ஒன்றோடொன்றாக மோதிக் கொண்டன. கைகள் நடுங்கின. அருக்காணியும் அமாசையும் பவானியை எழுப்பினார்கள். அவள் எச்சில் ஒழுகத் தூங்கிக் கொண்டிருந்தாள். இறங்குவதற்கு முன்பாகவே கையிலிருந்த துண்டுச்சீட்டை நடத்துநரிடம் காட்டியிருந்தான். தூக்கக் கலக்கத்திலிருந்த அவருக்கு விவரம் எதுவும் தெரியவில்லை.

'ஸ்டாப்ல இறக்கிவிடுறேன்... அங்க யார்கிட்டயாச்சும் விசாரிச்சுக்க' என்று சொல்லியிருந்தார். அது முகவரிச் சீட்டு. கடந்த முறை கிராமத்திலிருந்து பெங்களூர் கிளம்புவதற்கு முன்பாக முருகேசன் எழுதி அமாசையிடம் கொடுத்திருந்தான். வாய்ப்பிருக்கும் போது தனக்குக் கடிதம் எழுதச் சொல்லியிருந்தான். அவனும் கடிதம் எழுதவில்லை. இவனும் எழுதியதில்லை. முருகேசன் பெங்களூரில் மேஸ்திரியாக இருப்பதாகச் சொல்லியிருந்தான். அவன் எப்படியும் தன்னை வேலைக்குச் சேர்த்துக் கொள்வான் என்கிற நம்பிக்கை அமாசைக்கு இருந்தது.

பொழுது புலர்ந்து யாராவது வரும் வரைக்கும் அந்த இடத்திலேயே காத்திருக்கலாம் என்று முடிவு செய்தார்கள். செய்தார்கள் இல்லை செய்தான். அவன் எடுத்த முடிவுக்கு அவள் கட்டுப்பட்டாள். அருக்காணி பவானியைத் தோளில் போட்டிருந்தாள். அமாசை துணி மூட்டையை அவிழ்த்து இரண்டு போர்வைகளை எடுத்தான். ஒரு போர்வையை அருக்காணிக்கும் பவானிக்கும் சேர்த்துப் போர்த்திவிட்டான். இன்னொன்றைத்

தனக்காக வைத்துக் கொண்டான். இதமாக இருந்தது என்றாலும் குளிர் போர்வையின் அரணை மீறி ஊசிகளை ஏற்றிக் கொண்டிருந்தது. நகரத்து மனிதர்கள் வீடுகளின் கதகதப்புக்குள் பறவைகளைப் போல உறங்கிக் கொண்டிருப்பார்கள் என்று நினைத்துக் கொண்டான். மணி அநேகமாக நான்கு இருக்கக் கூடும். நடத்துநரிடம் மணியைக் கேட்டிருக்க வேண்டும் என நினைத்த போது அவனுக்குச் சிரிப்பு வந்துவிட்டது. மணி கேட்டு ராக்கெட்டா விடப் போகிறோம் என்று நினைத்ததனால் வந்த சிரிப்பு அது. அருக்காணி தூங்கலாடியபடி இருந்தாள். இவனை நம்பி திக்குத் தெரியாத காட்டில் நிற்பதாக அவளுக்கு ஒரு கணம் தோன்றியது. பிறகு வேறு எதையோ யோசிக்கத் தொடங்கியபடி துணி மூட்டைக்கு அருகில் அமர்ந்து கொண்டாள். மடிவாலா பழைய ஊராகத் தெரிந்தது. டவுனுக்கான அடையாளம் எதுவும் தெரியவில்லை. நிறைய காலியிடங்களாகக் கிடந்தன. 'பெங்களூர் சின்ன ஊர்தான்' என்று அமாசை முடிவு செய்து கொண்டான்.

அமாசைக்குச் சிறுநீர் கழிக்க வேண்டும் போல இருந்தது. காதில் சொருகி வைத்திருந்த துண்டு பீடி எங்கேயோ கீழே விழுந்திருந்தது. ட்ரவுசர் பாக்கெட்டிலிருந்து புதுப் பீடி ஒன்றை எடுத்துப் பற்ற வைத்துக் கொண்டு ஒதுங்கினான். வாகனங்கள் அதிகமாக இல்லை. பேருந்துகள் மட்டும் ஒன்றிரண்டு கடந்து கொண்டிருந்தன. அநேகமாக அவை தொலைதூர ஊர்களிலிருந்து வருபவைகளாக இருக்க வேண்டும் என்று நினைத்துக் கொண்டான். முருகேசனைக் கண்டுபிடித்தவுடன் அவனிடம் சொல்லி தங்குவதற்கு ஒரு வீடு பார்த்துத் தரச் சொல்வதைத்தான் முதல் வேலையாக வைத்திருந்தான். இப்போதைக்கு சுமாரான வீடாக இருந்தால் கூடப் போதும். வேலை செய்து வாடகை கட்டிக் கொள்ளலாம் என்று யோசனை ஓடிக் கொண்டிருந்தது. ஒரு நாள் விடுப்பு எடுத்துக் கொண்டு வரச் சொன்னால் முருகேசன் வந்துவிடுவான். அவனுக்காக தான் எவ்வளவோ செய்திருப்பதாக அமாசைக்குத் தோன்றியது.

பீடிப் புகை அவனைச் சுற்றிலும் வெள்ளையாகப் படர்ந்தது. கழுவாத கண்கள் இன்னமும் மசமசவென்று இருந்தன. தேநீர்க் கடை கூட எதுவும் தென்படவில்லை. கிராமத்தை நினைத்துக் கொண்டான். அதிகாலையில் எழும்போதெல்லாம் அடுப்பை மூட்டி பால் இல்லாத காபித் தண்ணீரை உறிஞ்சிக் கொள்வது பழக்கமாகியிருந்தது. திடீரெனத் தோன்றிய ஊர் நினைப்பு எதையோ இழந்துவிட்டது போன்ற வெறுமையை

உருவாக்கியது. அதிகாலைக் குளிரிலும் ஊர் நினைப்பு மனதுக்குள் பாறாங்கல்லைத் தூக்கி வைத்தது. பவானியும் அருக்காணியும் அமர்ந்திருந்த இடத்துக்கு வந்தான். அவர்கள் தூங்கிக் கொண்டிருந்தார்கள். நிம்மதியில்லாத தூக்கம் அது. அவர்களைப் பார்க்கப் பாவமாக இருந்தது. தன்னால் இவர்களுக்கு எந்த சந்தோஷமும் இல்லை என்று அமாசைக்குத் தோன்றியது. இந்த நகரத்தில் நிலைமை சற்று மேம்படக் கூடும் என்று நம்பினான். ஆனால் எப்படி என்றெல்லாம் அவனால் யோசிக்க முடியவில்லை.

திக்குத் தெரியாத பெருநகரில் வெளிச்சம் மெதுவாகப் பரவி கொண்டிருந்தது. வயதான மனிதர் ஒருவர் மணிக்கட்டுகளைச் சுழற்றியபடியே வேகமாக நடந்து கொண்டிருந்தார். அரைக்கால் ட்ரவுசர் அணிந்திருந்த அந்த மனிதருக்கு எதிரில் அமாசை சென்ற போது அவர் சற்று பதறிப் போனார். உருமால் கட்டும் கறைபடிந்த பற்களுமாக அப்படியொரு உருவத்தில் ஒரு மனிதனை அந்த நேரத்தில் அவர் எதிர்பார்த்திருக்கவில்லை. அமாசை துண்டுச் சீட்டைக் காட்டினான். தமிழில் எழுதப்பட்டிருந்தது. தனக்குத் தமிழ் படிக்கத் தெரியாது என்று கன்னடத்தில் சொன்னார். அமாசைக்குக் கன்னடம் புரியவில்லை. முகவரியைப் படித்துக் காட்ட அமாசைக்கும் தெரியவில்லை.

'முருகேசனைத் தெரியுமா?' என்றான். அவர் சிரித்தும் சிரிக்காமலும் கைகாட்டிவிட்டு நகர்ந்தார். அந்தச் சிரிப்புக்கு என்ன அர்த்தம் என்று அவனுக்குப் புரியவில்லை. இப்படி இரண்டொரு மனிதர்கள் தாண்டியதும்தான் அமாசைக்குச் சற்று பயம் வந்தது. எல்லைக் கருப்பராயனை மனதில் நினைத்துக் கொண்டான். கிளம்பும்போது ஒரு சிதறுகாய் உடைத்திருக்க வேண்டும் என்று தோன்றியது. தப்பு நடந்துவிட்டதாகக் கன்னத்தில் போட்டு மனதுக்குள்ளாக மன்னிப்பு கேட்டுக் கொண்டான்.

நேரம் போய்க் கொண்டிருந்தது. முருகேசனைக் கண்டுபிடிப்பது அவ்வளவு சுலபமான காரியமாகத் தெரியவில்லை. முருகேசனுக்கும் அமாசைக்குமிடையிலான தூரம் வெகு வேகமாக நீண்டு கொண்டிருந்தது. கால்களுக்குக் கீழாக பூமி வழுக்கிக் கொண்டிருந்தது. இரண்டு மணி நேரத்தில் யாராலும் கண்டுபிடிக்கவே முடியாத முகவரி எழுதப்பட்ட சீட்டாக அது உருமாறியிருந்தது. தமிழ் வாசிக்கத் தெரிந்த ஒன்றிரண்டு பேராலும்

கூட சீட்டில் இருந்த இடத்தைக் கண்டறிய முடியவில்லை. முருகேசனைக் கண்டுபிடிக்க முடியாவிட்டால் இந்த ஊரில் தனக்கு வேறு வழியெதுவுமில்லை என்று பதறினான். அவனது பதற்றத்தை அலட்சியப்படுத்தியபடி வானத்தில் சில பறவைகள் பறந்து கொண்டிருந்தன. அந்தப் பறவைகளுக்கு தாம் எங்கே போகிறோம் என்று தெளிவாகத் தெரியுமா என்று யோசித்தான். தான் மட்டும் குருட்டுத் தைரியத்தில் இந்த ஊரில் கால் வைத்திருப்பதாகத் தோன்றியது.

முருகேசன் தவறான முகவரியைக் கொடுத்திருப்பதாக ஆத்திரம் தீரப் பேசினான். அமாசையுடன் சேர்ந்து அருக்காணியும் பதறினாள். இனி என்ன செய்வது என்பது குழப்பமாக இருந்தது. அதுவரையிலும் அருக்காணியின் தோளில் கிடந்த பவானி சிணுங்கினாள். அது பசிச் சிணுங்கல். முந்தின நாள் மாலை இரண்டு வர்க்கித் துண்டுகளை அவளுக்கு ஊட்டிவிட்டு பேருந்து ஏறியிருந்தார்கள். அதன்பிறகு இடையில் எதுவுமில்லை. அருக்காணி பவானியை சமாதானம் செய்ய முயற்சித்தாள். துணி மூட்டையைத் துழாவினாள். அதற்குள் தின்பதற்கு எதுவுமில்லை என்று அவளுக்குத் தெரியும்தான். இருந்தாலும் ஏதாவது அகப்பட்டுவிடாதா என்கிற பாவனை அது. சிணுங்கிக் கொண்டிருந்த பவானி அழ ஆரம்பித்திருந்தாள். அருக்காணிக்கு புது ஊர் உருவாக்கியிருந்த பயத்திலும் முருகேசனைக் கண்டுபிடிக்க முடியாத குழப்பத்திலும் என்ன செய்வது என்றே தெரியவில்லை. பவானியின் கன்னத்தைத் திருகி அழுகையை அடக்க முயற்சித்தாள். பசியும் பயணக் களைப்பும் கன்னத்து வலியும் அந்தப் பிஞ்சுக் குழந்தையைக் கதறச் செய்தன. மூக்கில் ஒழுகக் கத்தியது. கன்னத்தில் அறைந்தாள். ‘சும்மா இரு’ என்று அதட்டிவிட்டு அமாசை முகத்தை வேறு பக்கமாகத் திருப்பிக் கொண்டான். அருக்காணியின் கோபம் அதிகரித்துக் கொண்டேதான் இருந்தது.

குளிரும் பசியும் பயமும் புது ஊரின் துலக்கமும் மூவருடைய மனநிலையையும் வித்தியாசமாக மாற்றியிருந்தன. மூட்டைகளைத் தூக்கிக் கொண்டு வீதிகளுக்குள் நடந்தார்கள். இன்னமும் குளிர் இருந்தது. ஏதாவதொரு வீட்டில் தண்ணீர் வாங்கிக் கொள்ளலாம் என்று நினைத்தான். பெரும்பாலான வீடுகளின் வாசல்கள் உள் பூட்டினால் பூட்டப்பட்டிருந்தன. வெயில் வந்த பிறகுதான் திறப்பார்கள் போலிருந்தது. சில வீடுகளில் நாய்களின் படங்களைக் கதவிலேயே மாட்டியிருந்தார்கள்.

மூன்றாம் நதி

பெரும் தவறொன்றைச் செய்துவிட்ட மனநிலையில் அமாசை நடந்து கொண்டிருந்தான். கிராமத்திலேயே செத்திருக்கலாம் என்று நினைத்தான். அருக்காணிக்கு அழுகை கண்களுக்குள் தேங்கி நின்றது. எழும்பிக் கொண்டிருக்கும் கட்டிடம் ஏதேனுமொன்றில் அமாசைக்கும் அருக்காணிக்கும் வேலை கிடைக்கக் கூடும் என்று ஒருவர் சொன்னார். அது அமாசைக்குச் சற்று ஆறுதலான வார்த்தையாக இருந்தது. அத்தகைய கட்டிடங்களை நோக்கி நடந்தார்கள். மூன்று வீதிகள் தள்ளி பாதி நிறைவடைந்த கட்டிடம் இருந்தது. அது ஒருவித மகிழ்ச்சியை அமாசைக்கும் அருக்காணிக்கும் உருவாக்கியது.

இன்னமும் வெயில் ஏறியிருக்கவில்லை. வேலைக்கு ஆட்கள் வந்து சேர்வதற்கு நேரம் ஆகக் கூடும். என்றாலும், அமாசைக்கு சற்று நம்பிக்கையாக இருந்தது. கொட்டி வைத்திருந்த மணல் மீது படுத்துக் கிடந்த நாய் ஒன்றை விரட்டிவிட்டு மூவரும் அமர்ந்து கொண்டார்கள். நிலத் தொட்டியில் நீர் இருந்தது. எடுத்து முகத்தைக் கழுவி வாயைக் கொப்புளித்தான். கட்டியிருந்த லுங்கியிலேயே முகத்தை துவட்டிக் கொண்டு மீண்டும் வந்து மணல் மீது அமர்ந்தான். அருக்காணி பவானியை மணல் மீது கிடத்திவிட்டு எழுந்து சென்றாள். அவள் நேற்றிரவிலிருந்து சிறுநீர் கூடக் கழிக்கவில்லை என்பது அமாசைக்கு ஆச்சரியமாக இருந்தது. அவள் சென்ற பிறகு அமாசை பவானியின் முகத்தைப் பார்த்தான். தூங்கிக் கொண்டிருந்தவளின் கன்னத்தில் கண்ணீரின் உப்பு படிந்திருந்தது. தனக்கு மகளாகப் பிறந்த பாவத்தின் ரேகையாக அது தெரிந்தது. முகத்தைத் துடைத்துவிட்டான். அது அவளைச் சிணுங்கச் செய்தது. தட்டிக் கொடுத்தான். தான் சிறுவயதில் பிடித்த மயில் குஞ்சு ஒன்றின் ஞாபகம் வந்தது. அருக்காணி வருவதற்குள்ளாகத் தனது கண்களைத் துடைத்துக் கொண்டான்.

4

அறைக்கு வெளியில் யாரோ கம்பியை இழுக்கும் சப்தம் கேட்டது. அமாசைக்கு விழிப்பு வந்துவிட்டது. 'யாரு' என்று சப்தமிட்டபடியே ஆஸ்பெஸ்டாஸ் கூரையில் செருகி வைக்கப்பட்டிருந்த அரிவாளை உருவினான். அமாசை எழுந்த வேகத்திலும் அவனது முரட்டுத்தனமான குரலிலும் அருக்காணி அரண்டு போனாள். அவனை வெளியே செல்ல விடாமல் தடுக்க முயற்சித்தாள். அது காட்டாற்றைத் தடுப்பது போலத்தான். அறையின் தகரக் கதவைத் திறந்து வெறித்தனமாக ஓடியவன் கம்பிக் கட்டுக்கள் தடுக்கி தடுமாறி விழப் போனான். அவர்கள் இரண்டு மூன்று பேராவது இருக்கக் கூடும். அமாசை ஓடி வரும் வேகத்தைக் கண்டு எந்த எதிர்ப்பையும் காட்டாமல் ஓடினார்கள். அது அமாசைக்கே ஆச்சரியமாகத்தான் இருந்தது. அவர்களில் ஒருவனையாவது வெட்டி விட முடியும் என்று துரத்தினான். அவர்களது வண்டி புழுதியைக் கிளப்பியபடி மறைந்து போனது.

ஜெய்நகரில் வீடுகள் மிகக் குறைவு. அந்தப் பகுதியில் பொறியாளர் சித்தலிங்கய்யா ஓர் அரசு ஊழியருக்காக வீடு கட்டிக் கொண்டிருந்தார். இரும்பும் சிமெண்ட்டும் குவித்து வைக்கப்பட்டிருந்த அந்தக் கட்டிடத்தைப் பாதுகாப்பதற்காக அமாசையை குடும்பத்துடன் அங்கேயே தங்கிக் கொள்ளச் சொல்லியிருந்தார். உள்ளூர் கூலித் தொழிலாளர்கள் யாரும் அந்த வனாந்திரத்தில் தங்குவதற்குத் தயாராக இல்லை. பக்கத்தில் ஒரு பெட்டிக்கடை கூட இல்லாத வெறுங்காடாகக் கிடந்தது. அமாசை எந்தத் தயக்கமும் இல்லாமல் ஒத்துக் கொண்டான். அப்போதைய சூழலில் அவனது குடும்பம் தங்குவதற்கு ஓர் இடம் தேவைப்பட்டது.

கட்டிடத்தின் தென்கிழக்கு மூலையில் ஆஸ்பெஸ்டாஸ் கூரை வேய்ந்த சிறு அறை அது. மழையில் நனைந்துவிடாமல் இருப்பதற்காக சிமெண்ட் மூட்டைகளை உள்ளே அடுக்கி வைத்திருந்தார்கள். இரவில் மூட்டைகளை ஒதுக்கி வைத்துவிட்டு அவனும் அருக்காணியும் குழந்தை பவானியும் படுத்துக்

மூன்றாம் நதி

கொள்வார்கள். ஆரம்பத்தில் சிமெண்ட் நெடி மூக்கில் ஏறியது. செம்மறி ஆடுகளைப் போலத் தும்மிக் கொண்டிருந்தார்கள். சில நாட்களில் பழக்கமாகிவிட்டது.

திருட வந்தவர்கள் அமாசையிடம் வெட்டுப்படாமல் தப்பியிருந்தார்கள். ஒருவனையாவது வெட்டியிருக்க வேண்டும் என நினைத்தான். மூச்சு வாங்கியபடியே திரும்ப வந்த அமாசை அடுக்கி வைக்கப்பட்டிருந்த கம்பிகள் மீது அமர்ந்து கொண்டான். வேட்டை நாய் ஒன்று ஆசுவாசிப்பது போல நெஞ்சாங்கூடு மேலெழும்பி கீழிறங்கியது. தோல்வியில் முடிந்த வேட்டை. இனித் தூக்கம் வராது. அருக்காணி அருகில் வந்து அமர்ந்தாள். நட்சத்திரங்கள் மினுக்கிக் கொண்டிருந்தன. அவனது கைகளைப் பற்றிக் கொண்டு 'கோபப்படாதய்யா' என்று மட்டும் சொன்னாள். அவனால் கோபப்படாமல் இருக்க முடியும் என்று தோன்றவில்லை. வேறு எந்த உணர்ச்சியையும் கட்டுப்படுத்திவிட முடிகிறது. ஆனால் கோபம் அப்படியில்லை. எந்நேரமும் துருத்திக் கொண்டே நிற்கிறது.

ஒருவேளை அவர்கள் எதிர்த்து நின்று தன்னை அடித்து வீழ்த்தியிருந்தால் தனது மனைவியும் மகளும் நிராதரவாகியிருப்பார்கள் என்று நினைத்த போது அமாசைக்கு திக்கென்றிருந்தது. சில்லிட்டிருந்த அவளது கைகளை இறுகப் பற்றினான். அந்தப் பற்றுதல் அவளுக்கு ஆறுதலாக இருந்தது.

தான் முன்பு சொன்னதை கவனித்தானா இல்லையா என்று தெரியாமல் 'சரியா?' என்று பனியை விடவும் மென்மையாகக் கேட்டாள். அவன் ஆமோதிப்போ நிராகரிப்போ இல்லாமல் நிலவைப் பார்த்துக் கொண்டிருந்தான். அது ஒளிந்து கொள்வதற்கு மேகத்தைத் தேடிக் கொண்டிருந்தது. இன்னமும் அவனது படபடப்பு அடங்கியிருக்கவில்லை. நெற்றியில் வியர்வை துளிர்த்திருந்தது. அருக்காணி எதுவுமே சொல்லாமல் நிலத்தில் சரிந்து படுத்துக் கொண்டாள். அவளது முகம் களைத்திருந்தது. பகல் முழுக்கவும் கட்டிடத்தில் வேலை செய்திருந்தாள். செங்கல் சுமப்பதும் மணல் சட்டியை இடமாற்றுவதுமாக அவளது உடம்பு வாகுக்கு அது கடினமான வேலை. ஆனால் மேஸ்திரிக்கு எந்தக் கருணையுமில்லை. நிற்கவே விடாமல் துரத்திக் கொண்டேயிருந்தான். அவளது கால்கள் ஓய்ந்து கிடந்தன. அருக்காணி வேலை செய்யும் போது பவானி அந்தக் கட்டிடம் முழுக்கவும் எலியைப் போல சுற்றிக் கொண்டேயிருந்தாள்.

செங்கல் சுமப்பதைவிடவும் அவளைப் பார்த்துக் கொள்வது அருக்காணிக்குப் பெரிய காரியமாக இருந்தது.

அமாசை அவளது முகத்தைப் பார்த்து 'போய் படுத்துக்க' என்றான்.

'நீயும் உள்ளயே வந்துடு' என்று பதிலுக்குக் கெஞ்சினாள். அவன் கேட்பதாகத் தெரியவில்லை.

அவளுக்கு இன்னமும் பதற்றமாகத்தான் இருந்தது. அவர்கள் மீண்டும் வரக் கூடும் என்று அஞ்சினாள். பகலில் கட்டிட வேலைக்கு வருபவர்கள் இந்தப் பகுதியின் திருட்டு பற்றிச் சொல்லியிருக்கிறார்கள். நான்கு மூட்டை சிமெண்ட்டைத் திருடுவதற்காக ஒரு ஆளைக் கொன்றிருக்கிறார்களாம். நகரம் யாரை வேண்டுமானாலும் கூர்வாளைக் கொண்டு வெட்டி விடத் தயாராக இருக்கிறது. அதன் அசுர வளர்ச்சிக்கு அறவுணர்ச்சி மனிதாபிமானம் என்பதையெல்லாம் காவு கொடுத்துக் கொண்டிருக்கிறது.

'அவங்க மறுபடியும் வரட்டும்ன்னு பார்க்கிறேன்' என்று அவளது பதற்றத்துக்கு பெட்ரோல் ஊற்றினான் அமாசை. அதற்கு மேல் அவனை மட்டும் தனியாக விட்டுவிட்டுச் செல்வதற்கு மனம் இல்லாமல் அவன் அருகிலேயே சுருண்டு படுத்துக் கொண்டாள். தூக்கம் பிடிக்க சில நிமிடங்கள் கூட தேவைப்படவில்லை. குளிரில் குறுகிக் கிடக்கும் நாய்க்குட்டியைப் போலக் கிடந்தாள். வெகு நாட்களுக்குப் பிறகு அவளது தலையைத் தடவிக் கொடுத்தான். அவள் அந்தத் தடவலை விரும்பியவளாக உறக்கத்திலேயே மென்புறுவல் பூத்தாள்.

அமாசைக்கு பீடியை உறிஞ்ச வேண்டும் போலிருந்தது. அறைக்குள்ளிருந்த பீடியை எடுக்கச் சென்றவன் ஒரு போர்வையை எடுத்து வந்து அருக்காணிக்குப் போர்த்திவிட்டான். அவளுக்கு அந்தக் கதகதப்பு பிடித்திருந்தது. தலை வரைக்கும் இழுத்து விட்டுக் கொண்டாள். எவ்வளவுதான் வருத்தமிருந்தாலும் தனக்குரியவளின் அருகாமையும் அக்கறையும் தன்னை வெகு பலசாலியாக மாற்றிவிடும் என்று அமாசை நினைத்துக் கொண்டான். அவளுக்கு முத்தம் கொடுக்க விரும்பினான். ஆனால் வெட்கம் வந்தவனாய் எழுந்து வேறொரு பக்கமாகச் சென்றான். வெட்கம் கலந்த சிரிப்பு அவனது உதடுகளிலேயே அமர்ந்திருந்தது.

மணி மூன்றைத் தாண்டியிருக்கக் கூடும். டார்ச்சை எடுத்துக் கொண்டு கட்டிடத்திற்குள் சென்றான். அங்கு எந்தச் சலனமும் இல்லை. மாலையில் சிமெண்ட் பூச்சுக்கு நீர் ஊற்றியிருந்தார்கள். அந்த நீர் நிலத்தில் சொட்டிக் கொண்டிருந்தது. ஈரம் அமாசையின் உடலுக்குள் ஊடுருவியது. நினைவுகள் குதிரை வண்டியைப் பூட்டிக் கொண்டு பறந்தன. ஒரு சாக்குப் பையை இழுத்துப் போட்டுச் சுவரோடு சாய்ந்து அதன் மீது அமர்ந்தான். தூக்கணாங் குருவிக்கூடுகள் நிறைந்த கிணற்று மேட்டில் படுத்துக் கிடப்பது போல சுழன்றடித்த நினைவுகளினூடாகவே தூங்கியிருந்தான். அவ்வளவு ஆழமான தூக்கத்தைத் தூங்கி வெகு நாட்கள் ஆகியிருந்தது. அத்தனை களைப்பையும் அந்த ஒரு தூக்கமே தின்றுவிடக் கூடும். அசைவற்றுக் கிடந்தவனின் கால் மீது பெருச்சாளி ஒன்று ஏறிச் செல்லவும் பதறியடித்து எழுந்தான்.

எங்கேயிருக்கிறோம் என்பது கூடப் புரியாமல் 'அருக்காணி' என்றான்.

எந்த பதிலுமில்லை. மீண்டுமொருமுறை கத்திவிட்டு கட்டிடத்தைவிட்டு வெளியில் வந்தான். அருக்காணி அதே இடத்தில் கிடந்தாள். ஏதோ விபரீதமாக மனதுக்குள் பட்டது. அவளை நோக்கி நடந்தான். அவளிடமிருந்து எந்தக் குரலும் இல்லை. அவனுக்குப் புரிந்துவிட்டது. அந்த நடை அவ்வளவு பரிதாபமானதாக இருந்தது. நடுங்கிய குரலில் அவளை அழைத்தான். அவன் போர்த்தி விட்டிருந்த போர்வை மீது பெரும் கல் கிடந்தது. அந்தக் கல்லை தொடக் கைகள் கூசின. தொட்டான். வெதுவெதுப்பான அவளது ரத்தம் பிசுபிசுத்துக் கிடந்தது. வாய் குழறியது. அருக்காணி என்று அழைக்க முடியாமல் குழறினான். அசைவு எதுவுமில்லை.

'அய்யோ தூங்கி என் கண்ணைத் தொலைச்சுட்டனே' என்று கத்தினான். யாருமே சீண்டாத அந்தக் கதறலில் அதிர்ந்த பவானி அறைக்குள்ளிலிருந்து அழத் தொடங்கினாள். அவளை எடுப்பதற்காக அறைக்குள் சென்றான். ஏதோவொரு இரவுப்பறவை வெகுதூரத்தில் கத்திக் கொண்டிருந்தது.

5

எம்.எல்.ஏவின் வீட்டில் நிசப்தம் விரவிக் கிடந்தது. அதிகாரமும் பணமும் நிரம்பி வழிகிற வீடுகளுக்கான நிசப்தம் அது. ஒன்றிரண்டு ஆட்கள் பூனைக்குட்டிகளைப் போல நடந்து கொண்டிருந்தார்கள். அந்த நடையில் நிதானமும் மரியாதையும் சரிவிகிதத்தில் கலந்திருந்தது. வரவேற்பறையில் ராஜு ரெட்டி எம்.எல்.ஏவுக்காகக் காத்திருந்தார். இருவருக்கும் வெகு நாள் பழக்கம்-தொழில் ரீதியிலான பழக்கம். எப்பொழுதாவது நேரில் சந்தித்துக் கொள்வார்கள். அவ்வப்பொழுது தொலைபேசியில் பேசிக் கொள்வார்கள். ரெட்டி பெங்களூரில் பெரும் கை. பெரும் கைகளுக்குரிய அத்தனை வேலைகளையும் செய்து கொண்டிருந்தார். அதில் ரியல் எஸ்டேட்டும் ஒன்று.

தனியாக அமர்ந்திருந்தவர் எம்.எல்.ஏவின் வீட்டை நோட்டமிட்டுக் கொண்டிருந்தார். வழக்கமாக வந்து செல்லும் வீடுதான் என்றாலும் ஒவ்வொரு முறை வரும் போதும் ஏதேனும் வித்தியாசப்படுவதாகத் தோன்றியது. மேல் தளத்திற்கு வரும்படி ரெட்டிக்கு அழைப்பு வந்தது. தேக்கு மரத்தால் இழைக்கப்பட்ட கைபிடிகளைக் கொண்ட படிகள் வீட்டின் அழகை மெருகூட்டிக் கொண்டிருந்தன. எம்.எல்.ஏ சாவகாசமாக அமர்ந்திருந்தார்.

ரெட்டியைப் பார்த்தவுடன் புன்னகைத்து 'சென்னாகிதாரா?' என்றார்.

எம்.எல்.ஏவுக்கு முன்பாக ரெட்டி அமரவில்லை. தன்னை ஒரு குட்டி மகாராஜாவாகக் கருதிக் கொண்டிருக்கும் எம்.எல்.ஏ அந்த மரியாதையை எதிர்பார்ப்பார். நின்று கொண்டிருந்த போது இத்தாலி மார்பிளின் குளிர்ச்சி பாதங்களில் சில்லிட்டுக் கொண்டிருந்தது.

'நாற்பத்தெட்டு ஃபேமிலி இருக்காங்க சாய்புரு' ஏற்கனவே இருவரும் பேசிக் கொண்ட விவகாரம்தான் என்பதால் ரெட்டி நேரடியாக விஷயத்துக்கு வந்தார். ஒரு குடும்பத்துக்கு மூன்று சென்ட் இடம் என்பது ரெட்டியின் கணக்கு.

‘அவங்க குடிசை போட்டுக்க உங்க அனுமதி வேணும்’ என்று தனது கோரிக்கையை முன் வைத்தார். அது யாருமே இல்லாத வெறும் காடு. சகல திசைகளிலும் வீங்கிக் கொண்டிருக்கும் நகரத்தின் விளிம்பில் அந்தக் காடு இருந்தது. அங்கிருந்த ஏரிக்கரை பற்றித்தான் ரெட்டி பேசிக் கொண்டிருக்கிறார்.

பூங்காக்களும் ஏரிகளும் நிறைந்திருக்கும் பெங்களூரில் டெக்ஸாஸ் இன்ஸ்ட்ரூமெண்ட்ஸ் என்ற நிறுவனம் காலடி வைக்கப் போவதாகப் பேச்சு உலவிக் கொண்டிருந்தது. ரெட்டியைப் பொறுத்த வரைக்கும் அது கிட்டத்தட்ட உறுதிப்பட்ட செய்திதான். கர்நாடக அரசின் திட்டங்கள், பெங்களூர் மாநகராட்சி குடியிருப்புகளை அமைக்கவிருக்கும் இடங்கள், புதிதாக வரப்போகும் மேம்பாலங்கள், சாலை விரிவாக்கம், நகர அபிவிருத்தி, குடிநீர் திட்டங்கள் உள்ளிட்ட பெரும்பாலான செய்திகள் அவை விவாதத்தில் இருக்கும் போதே ரெட்டியின் விரல் நுனியில் இருந்தன. எட்டுத் திக்கிலிருந்தும் அவருக்கான செய்திகள் வந்து கொண்டேயிருந்தன. நிறைய ஆட்கள் அவருக்கு உதவிக் கொண்டிருந்தார்கள்.

டெக்ஸாஸ் இன்ஸ்ட்ரூமெண்ட்ஸ் தனது கிளையை அமைப்பது இந்த ஊரின் அமைதியின் மீது விழும் முதல் அடி என்ற முடிவுக்கு ரெட்டி வந்திருந்தார். அதற்கு இரண்டு வருடங்களுக்கு முன்பாக இன்போஸிஸ் நிறுவனம் தனது ஜாகையை புனேவிலிருந்து பெங்களூருக்கு மாற்றிய போது அவர் அப்படி நினைத்திருக்கவில்லை. பத்தோடு பதினொன்று அத்தோடு இதுவும் ஒன்று என அந்தச் செய்தியைக் கடந்திருந்தார். ஆனால் நிலைமை மாறியிருந்தது. வெளிநாட்டு நிறுவனங்களை ஈர்ப்பதற்காக அரசாங்கம் சகல ஏற்பாடுகளையும் செய்து கொடுத்தது. பெங்களூரின் அமைதியும் சீதோஷ்ண நிலையும் பன்னாட்டு நிறுவன பிரதிநிதிகளுக்குப் பிடித்துப் போயிருந்தது. இத்தகைய நிறுவனங்களில் புதிதாக வேலைக்குச் சேர்பவர்கள் பெங்களூரின் காலி இடங்களை நிரப்புவார்கள் என்றும் அது இந்நகரத்தின் முகத்தை மாற்றப் போகிறது என்றும் ரெட்டி உறுதியாக நம்பத் தொடங்கியிருந்தார்.

ராஜு ரெட்டி பற்றி எம்.எல்.ஏவுக்கு நன்றாகவே தெரியும். ரெட்டியின் வார்த்தை சுத்தமாக இருக்கும். கமிஷன் தொகையும் சரியாக வந்து சேர்ந்துவிடும். இருந்தாலும் ரெட்டியைப் பேசவிட்டு தன்னுடைய செல்வாக்கின் வீச்சை ருசித்துக் கொண்டிருந்தார்.

'நீங்க மந்திரிகிட்ட ஒரு வார்த்தை சொன்னீங்கன்னா நல்லா இருக்கும்' என்று ரெட்டி பவ்யமாகப் பேசினார். எல்லாவற்றையும் கேட்டுக் கொண்ட எம்.எல்.ஏ தன்னுடைய ஆதரவு எப்பொழுதும் ரெட்டிக்கு இருப்பதாகச் சொல்லிவிட்டு எழுந்தார். அப்போதைக்கு அந்த வாக்குறுதி போதுமானதாக இருந்தது.

நன்றி சொல்லிவிட்டுக் கிளம்புவதற்காக நான்கு அடிகள் வைத்த ரெட்டியிடம் 'குடிசையைப் போடச் சொல்லுங்க... மத்ததெல்லாம் பார்த்துக்கலாம்' என்று எம்.எல்.ஏ தெளிவாகச் சொன்னார். இதை எதிர்பார்த்துதான் ரெட்டி வந்திருந்தார்.

உள்ளுக்குள் பெருகிய சந்தோஷத்தை வெளிக்காட்டாமல் மெலிதாகப் புன்னகைத்து 'ஆயித்து சாய்புரு' என்றார்.

ஏரிக்கரையில் குடிசை போடுவதற்கான ஏற்பாடுகள் சில நாட்களில் தொடங்கின. அமாசைதான் அத்தனை வேலைகளையும் முன்னின்று நடத்திக் கொண்டிருந்தான். ரெட்டியிடம் அமாசை வேலைக்குச் சேர்ந்து சில மாதங்கள் ஆகியிருந்தன. அவர் அவனை முழுமையாக நம்பத் தொடங்கியிருந்தார்.

புதர்களை வெட்டி மண்ணை சமன்படுத்தியிருந்தார்கள். அமாசை வெகு உற்சாகமாக இருந்தான். தனக்கு இந்த ஊரில் ஒரு குடிசை கிடைக்கப் போகிறது என்பதான சந்தோஷம் அது. பூனை தனது குட்டியைத் தூக்கிக் கொண்டு அலைவது போல தான் இனி அலைய வேண்டியதில்லை என்ற நினைப்பே மகிழ்ச்சியை உண்டாக்கியிருந்தது.

வெகு தூரத்தில் சூரியன் இறங்கிக் கொண்டிருந்தது. அமாசை ஏரி நீரில் இறங்கி கை கால்களைக் கழுவிக் கொண்டிருந்தான். நீர் சுத்தமாக இருந்தது. மீன் குஞ்சுகள் கால்களை அரித்தன. வாயைக் கொப்புளித்து உமிழ்ந்துவிட்டு மேலே வந்தான். அந்த ஏரியைச் சுற்றித்தான் மாநகராட்சி இடங்களைப் பிரித்து ஏலம் விடப் போகிறது. இன்னமும் இரண்டு அல்லது மூன்றாண்டுகளில் அந்த வேலை முடிவடையக் கூடும். ஏலம் எடுப்பவர்கள் வீடுகளைக் கட்டத் தொடங்குவார்கள். அடுத்த ஐந்தாண்டுகளில் காடு இருந்ததற்கான அடையாளம் மறைந்து நகரத்தின் சகல பகட்டும் படோபங்களும் வந்து சேரும். அதனை மனதில் வைத்துத்தான் ரெட்டி குடிசைகளை அமைக்கிறார். குடிசை அமைப்பது முதல் வேலை. ஓரிரண்டு ஆண்டுகளில் அந்த இடத்தில் வெகுகாலமாகக்

குடிசைகள் இருப்பதாக ஆவணங்ளைத் தயார் செய்து வளைக்க வேண்டிய ஆட்களை வளைத்துக் குடிசைவாசிகளுக்கு பட்டா வாங்கும் வேலையைச் செய்ய வேண்டும். ரியல் எஸ்டேட் துறையின் இண்டு இடுக்குகள் எல்லாம் ரெட்டிக்குத் தெரியும் என்பதால் இது ஒரு வழக்கமான செயல்பாடு. சிக்கல்கள் வரக் கூடும். ஆனால் சமாளித்துவிட முடியும் என்கிற நம்பிக்கை இருந்தது. நாற்பத்தெட்டு குடும்பங்களுக்கும் சேர்த்துக் கணக்குப் போட்டால் எப்படியும் ஒன்றரை ஏக்கர் நிலத்தை பட்டாவாக மாற்றிக் கொள்ளலாம்.

நாற்பத்தெட்டு குடும்பத்தினருக்கும் ஒரு தொகையைக் கொடுத்துவிட்டு நிலத்தைத் தன்னுடைய பெயரில் மாற்றிக் கொள்வது ரெட்டியின் திட்டம். குடியிருப்புப் பகுதிகளில் மொத்தமாக ஒன்றரை ஏக்கர் நிலத்தை அடைவதற்கு இதுவொரு உபாயம். உள்ளூர் செல்வாக்கும் தொடர்புகளும் இருக்கக் கூடிய ஒருவன் மட்டுமே சாதிக்கக் கூடிய காரியம். ரெட்டியிடம் இரண்டும் இருந்தது. மூன்றாவதாக தைரியமும் இருந்தது. அடுத்தவர்களை மிரட்டுவதற்கு உடல்வாகு என்பதெல்லாம் பிரச்சினையே இல்லை. கெத்து வேண்டும். பயமில்லாத கெத்து. கண்ணில் துளி பயத்தைக் காட்டாமல் குரலில் முரட்டுத்தனத்தைக் காட்டினால் போதும். அப்படியான தைரியம் எல்லோருக்கும் சாத்தியமில்லை. சிலருக்கு மட்டுமே வாய்க்கும். ரெட்டிக்கு வாய்த்திருந்தது. பின்விளைவுகள் எதைப் பற்றியும் யோசிக்காமல் வீசக் கூடிய முரட்டு தைரியம் அவரிடமிருந்தது.

புதுக்குடிசையின் நிலம் குளிர்ச்சியாக இருந்தது. சாணத்தின் வாசம் வீசிக் கொண்டிருந்தது. அமாசை மனம் நிறைந்திருந்தான். அருக்காணி இருந்திருந்தால் சந்தோஷப்பட்டிருப்பாள் என்று நினைத்தபடி வெற்று மார்போடு படுத்திருந்தான்.

அருகில் கிடந்த உமாவிடம் 'என்னைக் கலியாணம் பண்ணிக்கிறயா?' என்று கேட்ட போது அவளும் மறுப்பேதும் சொல்லவில்லை. பவானிக்காக இதைச் செய்கிறேன் என்று தனக்குள்ளாக சமாதானம் சொல்லிக் கொண்டான். ஆனால் அது மட்டும்தான் காரணமா என்று நினைத்த போது அவனுக்குச் சிரிப்பு வந்தது. அவனது தகிக்கும் தனிமையும் பெருக்கெடுக்கும் காமமும் கூட முக்கியமான காரணங்கள் என்று நினைத்துக் கொண்டான். உமாவின் விரல்கள் அவனுடைய உடலில் மேய்ந்து கொண்டிருந்தன.

பவானி குடிசைக்கு வெளியில் விளையாடிக் கொண்டிருந்தாள்.

'உங்க வீட்ல யாரெல்லாம் இருக்காங்க?' என்று ரமேஷ் கேட்டான். புதுக் குடிசைக்கு வந்த பிறகு பவானிக்குக் கிடைத்த முதல் நண்பன் அவன்.

'நானு என்னோட அப்பா..அப்புறம் எங்க சித்தி' என்றாள்.

தெருவில் பையன்கள் பெரும் கூச்சலுடன் ஓடிக் கொண்டிருந்தார்கள். ரமேஷும் பவானியும் அவர்களோடு சேர்ந்து கொண்டார்கள். பால்யத்தின் முதல் குழு விளையாட்டில் பவானி ஐக்கியமாகியிருந்தாள்.

குடிசைக்குள் உமாவின் ஆடைகளை அமாசை மீண்டுமொரு முறை களைந்து கொண்டிருந்தான்.

6

பைரப்பா வாத்தியாரை நினைத்தாலே பவானிக்கு வயிறு கலங்கிவிடுறது. பஞ்சகச்ச பைரப்பா. பஜாஜ் ஸ்கூட்டரில் வருவார். கையில் எந்நேரமும் ஒரு மூங்கில் தடி இருக்கும். பித்தளைக் காப்புடன் கூடிய வழுவழுப்பான அந்தத் தடி காலங்காலமாக அவருடைய மாணவர்களின் உள்ளங்கைகளைப் பதம் பார்த்திருக்கிறது. பஞ்சகச்சத்துக்கு மாணவன் மாணவி என்கிற பாகுபாடெல்லாம் கிடையாது. கோபம் என்று வந்துவிட்டால் வகைதொகையில்லாமல் சுளுக்கெடுத்துவிடுவார். அடியைக் கூட சமாளித்துவிடலாம் அவர் தெளிக்கும் வெற்றிலைப் பன்னீரை நினைத்தால்தான் குமட்டிக் கொண்டு வரும்.

‘ஏண்டா வீட்டுப்பாடம் எழுதல?’ என்று முகத்துக்கு நேராகத் தனது முகத்தை வைத்துக் கேட்பார். பதில் சொல்லாவிட்டால் இரண்டு அடி கூடுதலாக விழும். அதோடு சரி. தெரியாத்தனமாக பதிலைச் சொல்லிவிட்டால் சொன்ன பதிலுக்கு இன்னொரு துணைக் கேள்வி துணைக் கேள்விக்கு ஓர் இணைக் கேள்வி என்று முகத்தில் சிவப்புச் சாரலை பெய்யச் செய்துவிட்டுத்தான் அடுத்த ஆளுக்கு நகர்வார்.

‘இந்தப் பள்ளிக் கூடமே வேண்டாம்’ என்று வருடத்தின் ஆரம்பத்திலேயே பவானி முடிவு செய்திருந்தாள். அதற்குப் பஞ் சகச்ச பைரப்பா மட்டும் காரணமில்லை. பவானிக்குப் படிப்பின் மீது துளி ஆர்வம் கூட வரவில்லை. ‘நாலும் மூணும் தெரியாத மொட்டை சைபர்’ என்று பையன்கள் அவளை கிண்டலடித்துக் கொண்டிருந்தார்கள். நான்கையும் மூன்றையும் அவளுக்குக் கூட்டத் தெரியும்தான். ஆனாலும் அப்படியொரு கேலிக்கு ஆளாகியிருந்தாள். ஏதாவதொரு காரணத்துகாக தினந்தோறும் பஞ்சகச்சத்திடம் அடி வாங்க வேண்டியிருந்தது. சராசரியாக நான்கைந்து அடிகளாவது விழும். தான் படிக்க விரும்பவில்லை என்று பவானி அமாசையிடம் சொல்லியிருந்தாள். அவனுக்கும் தனது மகள் பள்ளிக்குச் சென்று படிக்க வேண்டும் என்ற லட்சியக் கனவெல்லாம் இல்லை.

‘இந்த ஒரு வருஷம் மட்டும் படி’ என்று சொல்லியிருந்தான். ஒரு வருடம் எப்பொழுது முடியும் என்று மனம் கணக்குப் போடத் தொடங்கியிருந்தது.

பவானி தனது வாழ்க்கைக்குப் படிப்பு தேவையில்லை என்று உறுதியாக நம்பினாள். புத்தகங்கள் ஏதோவொரு மாயவித்தை செய்வதாகவும் நெருங்கும் போதெல்லாம் அவை கண்ணாமூச்சி காட்டித் தப்பிப்பதாகவும் தனக்குத்தானே சொல்லிக் கொண்டாள். உலகில் படிப்பைத் தாண்டி நிறைய விஷயங்கள் இருக்கின்றன என்பதும் முக்கால்வாசி மனிதர்கள் வாழ்வின் முக்கியமான காலத்தைப் படிப்பிலேயே செலவழிக்கிறார்கள் என்பது அவள் அனுமானம். இந்த உலகின் வர்ணங்களையெல்லாம் புத்தகத்தின் வழியாகவே பார்க்க முயல்வது மடத்தனம் என்று அவள் நினைத்துக் கொண்டிருந்தாள்.

பெங்களூரில் படிக்கிறவர்களில் பெரும்பாலானவர்கள் கம்யூட்டர் இஞ்சினியராக மாறிக் கொண்டிருந்தார்கள் அல்லது கம்யூட்டர் இஞ்சினியர் ஆகிவிட வேண்டும் என்று கனவு காண்பவர்களாக இருந்தார்கள். கழுத்தில் அடையாள அட்டையுடன் சாலைகளைக் கடக்கும் மனிதர்களின் எண்ணிக்கை கணிசமாக உயர்ந்து கொண்டிருந்தது. கடந்த சில வருடங்களில் பெரும்பாலான வீடுகளில் படிக்கும் பிள்ளைகள் மீது ‘அந்த வேலைக்குத்தான் போக வேண்டும்’ என்று அழுத்தம் கொடுக்கத் தொடங்கியிருந்தார்கள். ஆரம்பத்தில் தூண்டிலைப் போல இருந்த அந்த வேலை மாதங்கள் வருடங்களானபோது வலையாக மாறி மீன்களைப் பிடிக்கத் தொடங்கியது. வெளி மாநிலங்களிலிருந்தெல்லாம் நிறையப் பேர் பெங்களூரை ஆக்கிரமிக்கத் தொடங்கியிருந்தார்கள்.

ஊரின் தனித்த அடையாளம் என்பதெல்லாம் கரைந்து கொண்டிருந்தது. பானிபூரி கடைகள் முளைக்கத் தொடங்கியிருந்தன. பர்கர் வியாபாரிகள் இலாபம் கொழிக்க ஆரம்பித்தார்கள். பீட்ஸாவும் மோமோவும் சாதாரணமாகக் கிடைத்தன. பெங்களூரின் அடையாளமாக இருந்த வெல்லம் கரைக்கப்பட்ட சாம்பார் கடைகள் மெல்ல மெல்ல அருகி வந்தன.

‘எல்லாம் இந்த கம்யூட்டர்காரங்களாலதான்’ என்று மூத்த பெங்களூர்வாசிகள் சலிக்க ஆரம்பித்திருந்தார்கள். அவர்களின் சலிப்பைப் புறந்தள்ளியபடி நகரம் வளர்ந்து கொண்டிருந்தது.

கம்யூட்டர் இஞ்சினியர் என்பது நல்ல வருமானம் கிடைக்கக் கூடிய வேலை என்று பவானி கேள்விப்பட்டிருந்தாள். ஆனால் அதற்கு நிறைய படிக்க வேண்டும் என்பதால் 'அந்தக் கருமமே வேண்டாம்' என்று பவானி தனக்குத் தானே சமாதானம் சொல்லிக் கொண்டாள்.

அதே சமயத்தில் அமாசை உள்ளிட்டவர்களின் குடிசைகள் சேரிப்பகுதியாக உருவெடுத்திருந்தது. குடிசைகளுக்குப் பட்டா வாங்கி அந்த இடங்களைத் தனது பெயரில் கிரயம் செய்து கொள்ள வேண்டும் என்ற ராஜு ரெட்டியின் திட்டம் தடுமாறிக் கொண்டிருந்ததால் சேரியிலிருந்தவர்களுக்கு இடம் மாற வேண்டிய அவசியம் உருவாகியிருக்கவில்லை. ரெட்டியும் தனது உடல்நிலையின் காரணமாகச் சற்று ஓய்ந்திருந்தார்.

சேரியில் புதிதாகவும் சில குடிசைகள் முளைத்திருந்தன. சேரிப் பெண்கள் பக்கத்தில் இருக்கும் லே-அவுட் வீடுகளில் வேலைக்குச் செல்கிறார்கள். லே-அவுட்டில் வசிப்பவர்களில் பெரும்பாலானவர்கள் கம்ப்யூட்டர் இஞ்சினியர்களாக இருந்தார்கள். இடம் வாங்கி வீடு கட்டிக் குடி வந்திருக்கிறார்கள் அல்லது வாடகைக்குத் தங்கியிருக்கிறார்கள். பாத்திரம் கழுவுவது, வீட்டைச் சுத்தம் செய்வது போன்ற வேலைகளைச் செய்து தருவதற்குப் பணிப்பெண்ணை நியமித்து மாதச் சம்பளம் தருகிறார்கள். பவானியை அப்படியொரு வீட்டில் வேலைக்குச் சேர்த்துவிடலாம் என்று அமாசை நினைத்திருந்தான். பவானிக்கும் ஆசையாகத்தான் இருந்தது. அவர்களில் சிலர் அமெரிக்கா சென்று வருவது பற்றியும் அங்கிருந்து வாங்கி வரும் சாக்லேட்கள் பற்றியும் சில பெண்கள் பவானியிடம் சொல்லியிருக்கிறார்கள். கம்யூட்டர் இஞ்சினியர்கள் வாரத்தில் ஒரு நாளாவது வெளியில் காசு கொடுத்துச் சாப்பிடுகிறார்கள். வழமை தவறாமல் தியேட்டருக்குச் செல்கிறார்கள். நிறைய ஆங்கிலம் பேசுகிறார்கள். கோல்டு ஸ்பாட், பொவண்டோவையெல்லாம் குளிர்சாதனப் பெட்டியில் வைத்திருக்கிறார்கள். மாலை வேளைகளில் அந்த வீடுகளின் முன்பாக நின்றால் டிவிக்களுக்குள்ளிருந்து ஆட்கள் பேசிக் கொண்டிருப்பது மெலிதாகக் கேட்கும். பவானிக்கு அத்தனையும் விசித்திரமாகத் தெரிந்தது.

தான் வளர வளர இந்நகரமும் வளர்கிறது என்பதும் அது தனது வாழ்க்கையில் விதவிதமான பகடையாட்டங்களை நடத்திக் கொண்டிருப்பதாகவும் நினைக்கும் போது பவானிக்கு

ஆச்சரியமாக இருந்தது. தனக்கு உண்டாகும் பிரச்சினைகளில் இந்த ஊருக்குப் பெரும்பங்கு இருப்பதாக நம்பிக் கொண்டிருந்தாள். 'படிச்சாத்தான் கம்யூட்டர் இஞ்சினியர் ஆகி அமெரிக்கா போக முடியும்' என்று சொல்லியபடியே பஞ்சகச்சம் விளாசுவது கூட அதனால்தான் என்று நினைத்துக் கொண்டாள்.

அமாசையையும் இந்த ஊர் நிறைய மாற்றியிருக்கிறது. அவனிடம் பணம் புழங்குகிறது. குடித்துப் பழகியிருக்கிறான். நிறையப் பெண்களுடன் சகவாசம் வைத்துக் கொள்கிறான். உமாவுக்கும் அவனுக்கும் நிறைய சண்டைகள் வருகின்றன. இரவு பகல் என எப்பொழுதும் அவர்களுக்குள் ஏதாவது வெடித்துக் கொண்டேயிருக்கிறது. அவன் குடித்துவிட்டு வருகிறான் என்பது அவளது முக்கியமான குற்றச்சாட்டாக இருந்தது. அவன் அவளை ஏமாற்றுவதாகப் பிதற்றத் தொடங்கியிருந்தாள். அமாசையிடமும் குற்றச்சாட்டுக்கள் இருந்தன. அவள் வந்து சேர்ந்த பிறகுதான் தனது சுதந்திரத்தின் சிறகுகள் கத்தரிக்கப்பட்டுவிட்டதாக அமாசை நம்பத் தொடங்கியிருந்தான். இருவரும் உமிழ்ந்து கொண்டிருந்த வெறுப்பானது நெருப்பாகக் கனன்று கொண்டிருந்தது. இரவுகளில் சண்டை உச்சகட்டத்தை அடையும் போதெல்லாம் இருவரும் மாற்றி மாற்றித் திட்டிக் கொண்டார்கள். அவர்கள் பிரையோகிக்கும் சொற்கள் அவதூறுகளாலும் வக்கிரங்களாலும் நிரம்பியிருந்தன. வசைகளால் சக மனிதனைக் குத்திக் கிழிக்க முடியும் என்று இருவருக்குமே தெரிந்திருந்தது. எந்தச் சொல் எதிரியை பலவீனப்படுத்துகிறது என்பதைத் தெரிந்து கொண்ட பிறகு அந்தச் சொல்லையே திரும்பத் திரும்பப் பயன்படுத்துவதற்கு மனம் விரும்புகிறது.

இவர்களின் சண்டையினால் இரவுகளில் பவானி விழித்துக் கொள்வது வாடிக்கையாகியிருந்தது. பற்களைக் கடித்தபடி கண்களை மூடிக் கொண்டு படுத்துக் கிடப்பாள். உமாவின் கோபம் தலைக்கேறி அவள் அருக்காணியைத் திட்டும் போது பவானியின் கண்களில் நீர் திரண்டு கொள்ளும். தனது அம்மாவைத் திட்ட வேண்டாம் என்று சொல்ல எத்தனிப்பாள். ஆனால் உமாவை எதிர்த்து அவள் எதுவுமே பேசுவதில்லை. உமாவும் அமாசையின் மீதான கோபத்தையெல்லாம் பவானியிடம் காட்டுவதற்குப் பழகியிருந்தாள். அத்தகைய சமயங்களில் அமாசை குடிசையைவிட்டு வெளியேறி பீடியைப் புகைத்தபடி எங்கேயாவது சென்றுவிடுகிறான்.

எல்லாவற்றையும் இந்த ஊரும் அதன் அலைமோதும் சலனங்களும் வேடிக்கை பார்த்துக் கொண்டிருந்தன. பவானி அடிக்கடி தனிமையில் அழ ஆரம்பித்திருந்தாள். பள்ளியின் அழுத்தம், வீட்டுச் சண்டை என எல்லாவற்றிலிருந்தும் தனக்கு விடுதலை கிடைக்க வேண்டும் என விரும்பினாள். அம்மா இருந்திருந்தால் தனது பிரச்சினைகளில் பாதி குறைந்திருக்கக் கூடும் என்று நினைக்கும் போது அழுகையின் வீரியம் அதிகமாகும். தனக்குள் துக்கங்களை நிரப்பும் இந்தச் சூழலிலிருந்து தப்பித்துவிட வேண்டும் என்று யோசனை செய்து கொண்டேயிருந்தாள். யாரிடமும் சொல்லாமல் ஓடிவிடுவதற்கான வழிவகைகளை யோசித்துப் பார்த்தாள். அது வேறு விதமான பிரச்சினைகளைக் கொண்டு வரக் கூடும் என்று பயந்தாள். தற்கொலை செய்து கொள்வது ஒருவித விடுதலை என்று மனதுக்குள் அலையடிக்கத் தொடங்கியிருந்தது.

7

'அவன் உன்னை ஏமாற்றப் போகிறான்' என்று ரமேஷ் திரும்பத் திரும்பச் சொல்லிக் கொண்டிருந்தான்.

'எதிர்பார்த்தாத்தானே ஏமாற்றம்?' என்று கேட்டு பவானி அவனது வாயை அடைக்க முயற்சித்தாள். அது ரமேஷுக்குப் பெரும் அதிர்ச்சியாக இருந்தது. திருமணம் செய்து கொள்கிற எண்ணமில்லாமல் பெண்ணும் ஆணும் பழகுவது சரியில்லை என்பதை அவன் நிறுவ முயற்சித்தான். அவனது முயற்சிகள் அவளிடம் பலிக்கவில்லை. அவளைத் திருமணம் செய்து கொள்ள விரும்புவதாக ரமேஷ் சொன்னதை மெல்லிய புன்னகையுடன் நிராகரித்தாள். தனக்கு அதற்கான வயதும் ரமேஷிடம் அதற்கான பக்குவமும் இல்லை என்றாள். அது ரமேஷை மன உளைச்சல் அடையச் செய்தது. கடும் சண்டைக்குப் பிறகு அவன் அந்த இடத்தை விட்டு விலகினான்.

வருணுடனான பவானியின் அருகாமைதான் ரமேஷின் பிரச்சினையாக இருந்தது. அழுத்தும் துக்கங்களிலிருந்து பவானியை விடுவிக்க வருணிடம் மட்டுமே உபாயங்கள் இருந்தன. அவன் அவளை வெளியிடங்களுக்கு அழைத்துச் செல்ல ஆரம்பித்திருந்தான். இதுவரை பார்த்திராத பெங்களூரின் வெவ்வேறு முகங்களை பவானி உணரத் தொடங்கியிருந்த தருணம் அது.

சில மாதங்களுக்கு முன்பாகத் திருமண விழாவொன்றுக்குச் சமையல் எடுபிடியாகச் சென்ற போது வருண் அறிமுகமாகியிருந்தான். வேறொரு கான்வெண்ட்டில் படித்துக் கொண்டிருந்த அவனுக்கு நிறைய விஷயங்கள் தெரிந்திருந்தன. பவானியிடம் எல்லாவற்றையும் சகஜமாகப் பேசினான். அது அவளுக்குக் குறுகுறுப்பாக இருந்தது.

இருவரும் அவரவர் வகுப்புகளிலிருந்து தப்புவதற்கு இந்த ஊர் உகந்ததாக இருந்தது. பூங்காக்களும் நெரிசல் இல்லாத சாலைகளும் அவர்களுக்கிடையிலான அந்தரங்கக்

கதைகளைப் பெருக்கிக் கொண்டிருந்தன. இந்த உலகம் மிகக் குரூரமானதாகவும் அதிலிருந்து தன்னை ரட்சிக்க வந்தவனாகவும் வருணைக் கருதிக் கொண்டிருந்தாள். உலகின் ஜன்னல்களை அவன் அவளுக்காகத் திறந்து காட்டினான். அவளது இதழ்கள் பறக்கும் பறவையொன்றின் சிறகுகளை ஒத்திருப்பதாக அவன் வர்ணித்த கணத்தில் கிறங்கிக் கிடந்தவளை முதன் முறையாக முத்தமிட்டான். பவானி மறுப்பேதும் தெரிவிக்கவில்லை.

வருண் அவளை சிவப்பு நிற இரு அடுக்குப் பேருந்தில் அழைத்துச் சென்றான். பேருந்தின் மேல் தளத்தில் அமர்ந்து பார்த்த போது பெங்களூர் பேரழகு மிக்கதாகத் தெரிந்தது. வாகனங்கள் வெகு இயல்பாக விரைந்து கொண்டிருந்தன. பேருந்தின் வேகமும் குளிர்காற்றும் அவளது மன இறுக்கங்களை உடைத்து நொறுக்கின. தன்னுடைய கதைகளை அவள் மணிக்கணக்கில் பேசத் தொடங்கினாள். தன்னால் இவ்வளவு பேச முடியும் என்பதை அவளாலேயே நம்பமுடியவில்லை. இத்தனை வார்த்தைகளும் வாக்கியங்களும் தனக்குள்ளிருந்துதான் வருகின்றனவா என்று அவ்வப்போது சந்தேகப்பட்டுக் கொண்டிருந்தாள். வருண் அவளுடைய வார்த்தைகளைக் கறக்கும் ஜாலக்காரனாக இருந்தான். அவளை பேசவிட்டுப் பார்ப்பது அவனுக்கும் பிடித்திருந்தது. பேச்சின் வழியாக அவளுடைய பெரும்பாரம் இறங்கிக் கொண்டிருந்தது.

வருண் அவளிடம் அவ்வப்போது அத்து மீறினான். காதலை மீறிக் காமம் அவனிடம் பொங்கிக் கொண்டிருந்தது. பவானியும் அதனை உணர்ந்திருந்தாள். அவனது விரல்களுக்கு முழுச் சுதந்திரத்தைக் கொடுத்திருந்தாலும் ஏதோவொன்று அவளைத் தடுத்துக் கொண்டிருந்தது. அவளைச் சீண்டுவதும் தீண்டுவதுமாக வருண் அடுத்தடுத்த கட்டங்களுக்கு நகர முயற்சித்துக் கொண்டிருந்தான். பவானிக்கு அவை புதுமையாகத் தோன்றின. வசவுகளாலும் முரட்டுத்தனமான சொற்களாலும் கெட்டிப்பட்டுக் கிடந்த அவளுக்கு ஸ்பரிஸங்கள் தேவையானவையாக இருந்தன.

ரமேஷ் அவனைச் சுற்றிலுமிருக்கும் மாணவர்களிடம் பவானியைப் பற்றிய கதைகளை ஆரம்பித்து வைத்தான். பள்ளியிலும் சேரியிலும் பவானி குறித்தான வேறொரு பிம்பம் உருவாக்கப்பட்டது. விடலைகள் அவளுக்குப் பின்புறமாக நின்று காமரூபிணி என்று சப்தமிட்டார்கள். வருணிடம் சொன்னபோது 'அவர்களைக் கண்டுகொள்ள வேண்டாம்' என்றான். அவன்

அதைச் சொன்ன விதம் வெகு அழகாக இருந்தது. அவன் எல்லாவற்றையுமே நாசூக்காகக் கடந்து போய்விடுகிறான். அது பணக்காரர்களிடமிருக்கும் பலம் என்று அவனிடமே சொன்னாள். அவன் சிரித்துவிட்டுப் பேச்சை மடை மாற்றினான். பணத்தைத் தாண்டியும் அவனிடம் வேறு எதுவோ இருப்பதாக நினைத்துக் கொண்டாள். அந்த வேறு எதுவோவுக்குப் பெயர் வைக்க முடியவில்லை.

உமாவுக்கு இந்தத் தகவல்கள் தெரிய வந்த போது பவானியை அடிக்கத் தொடங்கினாள். நிறைய கேள்விகளை அடுக்கினாள். பெரும்பாலான கேள்விகள் பதில் சொல்ல முடியாதவையாக இருந்தன. சில கேள்விகளுக்கு பதில் சொல்ல முடிந்தாலும் பவானி எதுவும் பேச விரும்பவில்லை. பவானியின் ஒவ்வொரு அசைவு பற்றியும் உமாவுக்குச் சந்தேகங்கள் எழும்பின. அவளுடைய வார்த்தைகள் எல்லைகளை உடைத்திருந்தன. எந்தவொரு விகாரமான சொல்லையும் அவளால் சர்வசாதாரணமாக வீச முடிந்தது. வசவுகளின் போது தனக்கு ஒரு குழந்தை இல்லை என்பதற்காக அவள் வருந்தினாள். அதற்காக அவள் வரையறைகளை மீறியதும் பவானிக்குத் தெரிந்திருந்தது. புதிதாக ஆண் வாடைக் காற்று குடிசைக்குள் பரவியிருப்பதை வித்தியாசப்படுத்திக் கொள்ளும் நுணுக்கத்தை பவானி தெரிந்து வைத்திருந்தாள்.

உமா கோபத்தில் பவானியைத் தேவடியா என்று விளிக்கத் தொடங்கியிருந்தாள். 'நீ மட்டும் யோக்கியமா சித்தி?' என்று மனதுக்குள் கேட்டுக் கொண்டு ரமேஷையும் உமாவையும் அவர்களோடு சேர்த்து அமாசையையும் சபிக்கத் தொடங்கியிருந்தாள்.

அமாசை வேறொரு உலகத்தில் லயித்துக் கொண்டிருந்தான். அவன் பவானியை விட்டு வெகுதூரம் விலகிவிட்டான். ஒரே குடிசையில் வசிக்கிறார்கள் என்பதைத் தவிர அவர்களுக்கிடையில் வேறு எந்த உறவுமில்லாமல் இருந்தது. எதற்காக இப்படியொரு வறட்டுத்தனமான பிணைப்பு மூவருக்குள்ளும் இருக்கிறது என்று பவானி யோசித்திருக்கிறாள். துளி கூட ஈரமில்லாத இந்த பந்தம் அவசியமேயில்லாதது என்று தோன்றியது. ஆனால் அதை உடைத்துக் கொண்டு வெளியேறும் தைரியம் பவானியிடம் இல்லை. இன்னமும் எவ்வளவு காலத்திற்கு இதோடு இறுகிக் கிடக்க வேண்டும் என்று தெரியவில்லை.

மூன்றாம் நதி

மழை பெய்து கொண்டிருந்த ஓரிரவில் சண்டை பெரிதானது. எதுவுமே பேசாமல் படுத்திருந்த பவானியின் கழுத்து மீது உமா கால்களை வைத்தாள். 'நெஞ்சழுத்தக்காரி' என்று கத்தினாள். அத்தனையையும் பார்த்துக் கொண்டிருந்த அமாசை வருணின் வீட்டில் தகவல் சொல்லிவிட்டதாகச் சொல்லி உமாவை சமாதானப்படுத்த முயன்றதோடு ஒதுங்கிக் கொண்டான். உமா அமைதியடைவதாகவே தெரியவில்லை. எப்பொழுதுமே உமாவுடனான சண்டைகளின் போது சீறும் அமாசை இன்று தன்னுடைய பிரச்சினையில் எந்தக் கோபத்தையும் காட்டவில்லை என்பது பவானியைக் கலங்கச் செய்தது. இந்த உலகில் தான் தனிக்கட்டை என்று நினைத்துப் பொருமியபடியே தூங்கிப் போனாள்.

விடிந்த பிறகும் முந்தின நாள் மழையின் ஈரம் அப்படியே இருந்தது. வருண் தன்னைச் சந்திக்க வருவான் என்று பவானி எதிர்பார்த்தாள். ஒவ்வொரு நாளும் அவளது எதிர்பார்ப்பு பொய்த்துக் கொண்டேயிருந்தது. இரவுகள் தீராமல் இழுத்துக் கொண்டிருந்தன. அமாசைக்கும் உமாவுக்குமான சண்டைகளில் பவானி கருப்பொருளாகியிருந்தாள். சண்டையின் போது பவானியை உதைத்தும் அடித்தும் எழுப்பிவிட்டுச் சண்டையிட்டாள். தூக்கங்களைத் தொலைத்த நாட்கள் பவானியைக் கோபக்காரியாக மாற்றிக் கொண்டிருந்தன. ஏன் தன்னுடைய கோபங்களை வெளிக்காட்ட முடிவதில்லை என்று குழப்பமாக இருந்தது. தன்னால் இனியும் படிப்பைத் தொடர முடியாது என்று நம்பினாள். கணக்கில் ஏதோ கேள்வியைக் கேட்டு பதில் சொல்லாத பவானியை அடிப்பதற்காக பைரப்பா வாத்தியார் கைத்தடியை எடுத்த போது 'இனி நான் இஸ்கூலுக்கு வரல... அடிக்க வேண்டாம்' என்று சொல்லிவிட்டு பையைத் தூக்கிக் கொண்டு வீட்டுக்குக் கிளம்பினாள். மற்ற மாணவர்கள் அவளைப் பெருத்த ஆச்சரியத்துடன் பார்த்தார்கள்.

பவானிக்கு மனதிலிருந்து ஒரு பாரம் இறங்கியது போலிருந்தது. ஆனால் வீட்டை நினைத்தால் அதைவிட பெரும்பாரமாக இருந்தது. வருண் தன்னைச் சந்திக்க வராதது குறித்து அவளுக்கு வருத்தம்தான். அவனைத் திருமணம் செய்து கொள்ள விரும்பியிருக்கவில்லை என்றாலும் இந்த உறவு இன்னமும் கொஞ்ச காலத்துக்குத் தொடர்ந்திருக்கலாம் என்று விரும்பினாள். அவன் தன் வாழ்வில் குறுக்கே வந்த பிறகுதான் தற்கொலை என்ற முடிவிலிருந்து தான் விலகி வந்ததை நினைத்துக் கொண்டாள்.

எதிர்கொள்ளும் ஒவ்வொரு மனிதரும் எதையாவது கற்றுத் தருகிறார்கள். வருணிடமிருந்து கற்றுக் கொண்டவற்றை மனதுக்குள் பட்டியலிட்டாள். அவை நீண்டு கொண்டிருந்தன. ஸ்வெட்டரைக் கழற்றிப் பையில் வைத்திருந்தாள். வெயில் காய்ந்தாலும் குளிர் இருந்து கொண்டுதான் இருந்தது. அவளது நடை சற்று தளர்ந்திருந்தது. உமாவின் கேள்விகளிலிருந்தும் வசைகளிலிருந்தும் எப்படித் தப்பிப்பது என்று மனம் யோசித்துக் கொண்டிருந்தது. உறுதியாக எந்த முடிவுக்கும் வர முடியவில்லை. பள்ளியைத் தாண்டிய திருப்பத்தில் சாலை விரிவாக்கத்திற்காகப் பெரிய மரம் ஒன்றை வெட்டிச் சாய்த்திருந்தார்கள். கூட்டிலிருந்து விழுந்திருந்த முட்டைகள் சாலைகளில் சிதறிக்கிடந்தன. கொக்குக் குஞ்சு ஒன்று தத்திக் கொண்டிருந்தது. வீட்டிற்கு எடுத்துச் செல்லலாமா என்று யோசிக்கத் தொடங்கியிருந்தாள்.

8

'நைட் ஷிப்ட் வேணுமா? பகல் ஷிப்ட் வேணுமா?' என்று கேட்டவுடன் பவானி 'நைட் ஷிப்ட்' என்றாள். நேர்காணலுக்கு வருவதற்கு முன்பாகவே முடிவு செய்து வைத்திருந்ததுதான். அப்பனும் சித்தியும் இரவில் நடத்தும் சண்டைக் கச்சேரியிலிருந்து விடுதலை கிடைக்கும் என்பதற்காக அந்த முடிவுக்கு வந்திருந்தாள். கேள்வி கேட்டவர்களுக்கு அவளது பதில் ஆச்சரியமாக இருந்தது. இரவு நேரத்தில் ஹவுஸ் கீப்பிங் வேலைக்குப் பெண்கள் கிடைப்பார்கள் என்று அவர்கள் எதிர்பார்த்திருக்கவில்லை. ஆகவே ஒத்துக் கொண்டார்கள்.

மாலை ஏழு மணிக்கு வேலை ஆரம்பிக்கும். இரவு பத்து மணிக்கும் அதிகாலை இரண்டு மணிக்கும் தேநீர் கலந்து வைக்க வேண்டும். இடையில் ஒரு முறை பெண்களின் கழிவறையைச் சுத்தம் செய்யச் சொல்லியிருந்தார்கள். அவ்வளவுதான் வேலை. பகல் ஷிப்ட் என்றால் அலுவலக வளாகத்தைச் சுத்தம் செய்வதில் ஆரம்பித்து ஜன்னல்களைத் துடைப்பது வரை நிற்க நேரம் இருக்காது.

முந்நூறு ஏக்கர் பரப்பளவிலான எலெக்ட்ரானிக் சிட்டியில் அந்நிறுவனம் தனக்கென துளி இடத்தை வாடகைக்குப் பிடித்திருந்தது. இருநூறு பேர்களைக் கொண்ட அமெரிக்க நிறுனத்தின் இந்தியக் கிளை அது. அமெரிக்கர்களால் செய்யப்படும் வேலைகளைக் கொஞ்சம் கொஞ்சமாக இந்தியாவுக்கு அனுப்பும் முடிவில் இருந்தார்கள். அங்கே அமெரிக்கர்களுக்குக் கொடுக்கும் சம்பளத்தில் ஐந்தில் ஒரு பங்குச் சம்பளமே கூட இந்தியாவைப் பொறுத்தவரையில் பெரும் சம்பளமாக இருந்தது. சில ஆயிரங்களில் சம்பளம் வாங்கிக் கொண்டிருந்தவர்களின் மகன்களும் மகள்களும் படிப்பை முடித்தவுடனேயே ஐந்திலக்க சம்பளத்தைத் தொட்டுப் பார்த்தார்கள். மென்பொருள் நிறுவனங்களில் வேலைக்குச் சேர்ந்தவர்கள் தங்களுக்கு இறகு முளைத்திருப்பதாக நம்பத் தொடங்கினார்கள்.

மிதிவண்டியிலும் இலவசப் பேருந்திலும் பள்ளிக்குச் சென்று

படித்தவர்களுக்குக் கல்லூரி முடித்தவுடன் குபேரனின் கதவுகள் திறந்துவிடப்பட்டது போன்ற பிரமை ஏற்பட்டிருந்தது. பெங்களூர் கனவு நகரமாக மாறிக் கொண்டிருந்தது. இத்தகைய நிறுவனங்களுக்கு ரத்தினக் கம்பளம் விரித்து வைத்த நரசிம்ம ராவும் மன்மோகன் சிங்கும் வாங்குகிற சம்பளத்துக்கு ஏற்ப செலவு செய்யவும் வழிகளை ஏற்படுத்திக் கொடுத்தார்கள். பன்னாட்டு நிறுவனங்கள் இந்தியச் சந்தைகளில் பொருட்களைக் குவிக்கத் தொடங்கியிருந்தன. வங்கிகள் கடன்களை அள்ளிக் கொடுத்தன.

‘கடன் நாங்க கொடுக்கிறோம் சார்... மாதம் சிறு தொகையைக் கட்டிக் கடனை அடைச்சா போதும்’ என்று வங்கிகள் வலை விரித்தன. விட்டில் பூச்சிகளாக விழுந்தார்கள். ஓசூருக்கு அந்தப் பக்கம் வேறு வாழ்க்கை வாழ்ந்தவர்கள் ஓசூரைத் தாண்டியதும் இன்னொரு வாழ்க்கையை வாழத் தொடங்கியிருந்தார்கள்.

நிறுவனத்தில் பவானிக்குச் சீருடை கொடுத்திருந்தார்கள். பேருந்து பிடிக்க வேண்டிய வேலை எதுவும் இல்லை. ஊழியர்களை அழைத்து வரும் வாகனத்திலேயே பவானியும் அலுவலகத்துக்குச் சென்று வந்தாள். குடிசைக்கு முன்பாக வந்து ஒலி எழுப்புவார்கள். ஓடி வந்து அமர்ந்து கொள்வாள். குடிசைவாசிகள் வித்தியாசமாகப் பார்த்தார்கள். அது பவானிக்குப் பெருமிதமாக இருந்தது. ‘அவ தொழிலுக்குப் போறா’ என்று நக்கலான பேச்சுக்களையும் கசியவிட்டிருந்தார்கள். அதைப் பற்றி பவானி அலட்டிக் கொள்ளவில்லை. நமக்கான வாழ்க்கையை வாழ்வதற்கு அடுத்தவர்களின் பேச்சுகளை நிராகரித்துப் பழக வேண்டும் என்பதை அவள் கற்று வைத்திருந்தாள். விமர்சனங்களுக்கு பதில் சொல்லிக் கொண்டிருந்தால் வாழ்நாள் முழுக்கவும் பதில்களை மட்டும்தான் தேடிக் கொண்டிருக்க வேண்டியதாக இருக்கும். அவளுக்குத் தனது உலகம் பிடித்திருந்தது.

பவானி ஓரளவு கன்னடம் எழுதப் படிக்கக் கற்றிருந்தாள். தமிழில் பேசுவதற்கு மட்டும்தான் தெரிந்திருந்தது. ஆரம்பத்தில் கூச்சமாக இருந்தாலும் தப்பும் தவறுமாக ஆங்கிலத்தில் பேசத் தொடங்கியிருந்தாள். வடநாட்டுப் பணியாளர்கள் அவளிடம் பதிலுக்கு ஆங்கிலத்திலேயே பேசினார்கள். இனி ஆங்கிலமும் ஹிந்தியும் இந்த ஊரில் தவிர்க்க முடியாத மொழிகளாகப் போகின்றன என்று வடநாட்டுக்காரன் ஒருவன் அவளிடம்

சொன்னான். அவன் சொல்வது சரியெனப்பட்டது. ஹிந்தியிலும் தோடா தோடா பேச ஆரம்பித்திருந்தாள். எம்.எல்.ஏக்களும் அமைச்சர்களும் வெளிநாட்டுப் பிரதிநிதிகளும் தினந்தோறும் புதுப்புது வெளிநாட்டு நிறுவனங்களை நகரில் திறந்து வைத்து அவளது நம்பிகையை உறுதிப்படுத்திக் கொண்டிருந்தார்கள்.

அமெரிக்க வாடிக்கையாளர்களின் சந்தேகங்களைத் தொலைபேசி வழியாகத் தீர்க்கும் வேலையை பவானி சேர்ந்திருந்த நிறுவனத்தின் பணியாளர்கள் செய்து கொண்டிருந்தார்கள். நான்கு பேருக்கு ஒரு மேற்பார்வையாளர் இருந்தார். அவருக்கு மேலாக ஒரு மேலாளர். மேலாளர்களை இயக்குவதற்கு ஓர் இயக்குநர் என்று படிப்படியான அடுக்கமைவில் நிறுவனம் இயங்கிக் கொண்டிருந்தது. இத்தகைய வேலைகள் இந்தியர்களுக்குப் புதிது என்பதால் அவ்வப்போது அமெரிக்காவிலிருந்து யாராவது வந்து போய்க் கொண்டிருந்தார்கள். இரவு நேரங்களில் அமெரிக்கர்கள் கண்காணித்தார்கள்.

'உங்கள் உச்சரிப்பு சரியில்லை' என்றார்கள்.

'இந்தியர்கள் உணர்ச்சி வசப்படுவதைக் குறைக்க வேண்டும்' என்று வலியுறுத்தினார்கள்.

'ஒரு வாடிக்கையாளனைப் பெறுவதற்கு மாதக் கணக்கில் கஷ்டப்பட வேண்டும். ஆனால் அவனைத் துரத்துவதற்கு ஒரு விநாடி போதும்' என்று சொல்லி அமெரிக்க வாடிக்கையாளன் 'பாஸ்டர்ட்' என்று திட்டினாலும் 'பிட்ச்' என்று கறுவினாலும் புன்னகைத்தபடியே பதில் சொல்வதற்குக் கற்றுத் தந்தார்கள். அதை நிறுவன ஊழியர்கள் இம்மி பிசகாமல் செய்யத் தொடங்கியிருந்தார்கள். ஒன்றாம் தேதி காட்டப்படும் பணக்கட்டு அவர்களின் வாயைக் கட்டி வைத்திருந்தது. பவானி எல்லாவற்றையும் புரிந்து கொள்ள முயற்சித்துக் கொண்டிருந்தாள்.

நிறுவனத்தில் ஆண்களும் பெண்களும் சகஜமாகப் பழகினார்கள். அவர்களின் இந்திய உச்சரிப்பு மெல்ல மாறிக் கொண்டிருப்பதாகத் தோன்றியது அல்லது மாறிவிட்டதாக நிரூபிக்கச் சிரமப்பட்டார்கள். உச்சரிப்பு மட்டுமில்லை வாழ்க்கை முறையும் கூட மேற்கத்திய சாயல்களை அணியத் தொடங்கியிருந்தன. உடைகள் மாறியிருந்தன. உணவு முறைகள் மாறின. அதுவரைக்கும் பொழுது சாய்ந்தவுடன் தூங்கிக்

கொண்டிருந்த பெங்களூர் நள்ளிரவிலும் சலனமடையத் தொடங்கியது. இருசக்கர வாகனங்களில் ஆண்களும் பெண்களும் இணை இணையாகச் சாலைகளில் சிறகடித்தார்கள். ஆடுவதற்காகவும் குடிப்பதற்காகவும் நகரில் தனியிடங்கள் உருவாக்கப்பட்டிருந்தன.

இரவுகள் எப்பொழுதுமே சுவாரசியமானவை என்பதை பவானி உணரத் தொடங்கியிருந்தாள். ஒவ்வொரு நாளும் அதற்கு ஒவ்வொரு ருசியிருந்தது. காமம் துள்ளும் பெருநகரின் இரவுகள் பார்க்கப் பார்க்கச் சலிக்காதவை. இளம் மங்கைகளும் யுவன்களும் இரவுகளைக் கொண்டாட்டம் மிக்கவையாக மாற்றிக் கொண்டிருந்தார்கள்.

இரவு நேரங்களில் நிறுவன ஊழியர்கள் வெளியில் நின்று புகை பிடித்தார்கள். ஆண்களோடு பெண்களும் சேர்ந்து உறிஞ்சத் தொடங்கியிருந்தார்கள். காமச்சுவை நிறைந்த உரையாடல்களும் கிறங்கிய சிரிப்புகளும் அந்த வளாகம் முழுக்கவும் வெண்புகையாக மேலெழும்பிக் கொண்டிருந்தன. அந்தச் சமயங்களில் பவானியிடமும் சில ஆண்கள் பேசுவதற்கு எத்தனித்தார்கள்.

பவானி கிளர்ச்சியடைந்திருந்தாள். இந்த வாழ்க்கை தன்னை திசையில்லாத திசையொன்றில் இழுத்துக் கொண்டு போவதாக நம்பினாள். தன்னைச் சூழ்ந்திருக்கும் மனிதர்கள் தனது உணர்வுகளைக் கிளரச் செய்து அலைக்கழிப்பதாகத் தோன்றியது. வெறும் காதலும் காமமும் மட்டுமே இளமை என்று நினைத்துக் கொண்டிருந்தவளுக்கு அதையெல்லாம் தாண்டிய சூட்சமங்கள் இருப்பதாகப்பட்டது. திடீரென்று தனக்குக் கிடைத்திருக்கும் இறக்கைகளின் விசிறலைத் தன்னால் கட்டுப்படுத்த இயலுமா என்று சந்தேகித்தாள். அவை மனம் போன போக்கில் பறந்து கொண்டிருந்தன. விசித்திரமான மாயச்சூழலுக்குள் தான் சிக்கியிருப்பதாகப்பட்டது.

'ஒரு முறைதான் வாழ்க்கை... வாழ்ந்துவிட்டுப் போய்விட வேண்டும்' என்று மனதுக்குள் திரும்பத் திரும்பக் கேட்டுக் கொண்டிருந்தது. அதை அவளே உடனடியாக நிராகரித்தாள். 'எப்படி வேண்டுமானாலும் வாழ்ந்துவிடலாம் என்றால் மனிதனுக்கும் மிருகத்துக்கும் என்ன வித்தியாசம்' என்று கேட்டுக் கொண்டாள். இந்த வாதங்களும் பிரதிவாதங்களும் மனதுக்கும் அறிவுக்குமான விளையாட்டாக இருந்தது. மனம்

மூன்றாம் நதி

வெல்லுமா அறிவு வெல்லுமா என்பதை பவானியால் துளி கூட கணிக்க முடியவில்லை.

நகரமும் அதன் மனிதர்களும் அவளது அறிவை விசாலப்படுத்தியிருந்தார்கள். பக்குவமாக யோசித்துப் பழகியிருந்தாள். காமம் பெருக்கெடுத்த தனது இளம்பிராயத்துக் காதலோடு இந்தக் கிளர்ச்சியை எந்தவிதத்திலும் ஒப்பிட்டு விட முடியாது என்று தோன்றியது. இது தீ. வெறும் தீ. சுழித்துச் சுழித்துத் தன்னை முழுமையாக ஆக்கிரமித்து எரிக்கப் போகும் தீ இது. சுடர்விட்டு எரிந்து கொண்டிருக்கும் நெருப்புக்குத் தன்னை விட்டுக் கொடுத்துவிட வேண்டுமா அல்லது விலகிவிட வேண்டுமா என்று குழம்பிக் கிடந்தாள். வயது அவளைத் தூக்கி நெருப்பில் வீசி வீசிப் பந்தாடியது. நெருப்பைத் தீண்டுவதும் ஒரு இன்பம் என்று நினைத்துக் கொண்டாள். வளாகம் அமைதியாக இருந்தது. கண்ணாடி ஜன்னல்களின் வழியாக அவளால் வானத்தைப் பார்க்க முடிந்தது.

9

பூம் பூம் மாட்டுக்காரன் வீட்டுக்கு வெளியில் நின்று கொண்டு வாசித்துக் கொண்டிருந்தான். இசையாகவுமில்லை இம்சையாகவுமில்லை. அடைத்திருந்த ஜன்னலையும் கதவையும் தாண்டி வந்து ஞாயிற்றுக் கிழமையின் காலை நேரத் தூக்கத்தைக் கலைத்தது. 'ஏதாச்சும் காசு போட்டுட்டு வா' என்றான். அவள் எழுந்து செல்லும் மனநிலையிலேயே இல்லை. வெளியில் மழை தூறிக் கொண்டிருந்தது. நேற்று அடித்துப் பெய்திருந்த பேய்மழையின் மிச்சம். குளிர்ந்து கிடந்த அறையில் போர்வையை இழுத்துவிட்டுக் கொண்டு 'நீ போடா' என்றாள். திடீரென்று அவளுடைய போர்வையை உருவிவிட்டு திரும்பிப் படுத்துக் கொண்டான். அவள் எட்டி உதைக்கவும் கட்டிலிலிருந்து கீழே விழுந்தான்.

குடி வந்து ஒன்றரை மாதங்களாகிறது. வீட்டு உரிமையாளர்களை ஏமாற்றுவது அவ்வளவு சுலபமாக இருக்கவில்லை. ஏகப்பட்ட கேள்விகளைக் கேட்டார்கள். கிட்டத்தட்ட குறுக்கு விசாரணை நடத்தினார்கள். என்னதான் பதில் சொன்னாலும் தலையை ஆட்டிவிட்டு கடைசியில் கையை விரித்தார்கள். பெரும்பாலான உரிமையாளர்கள் தங்களுக்கு ஏதேனும் பிரச்சினை வரக் கூடும் என்று பயந்தார்கள். மிச்சமிருந்தவர்கள் அக்கம்பக்கத்தினருக்குத் தெரிந்தால் அவமானம் என்று கருதினார்கள். அத்தனை பேருடைய முடிவும் ஒன்றாகத்தான் இருந்தது திருமணம் ஆகாத ஆணையும் பெண்ணையும் ஒரே வீட்டில் அனுமதிக்க முடியாது என்று கதவைச் சாத்தினார்கள். அங்கொன்றும் இங்கொன்றுமாக இருப்பதாகக் கேள்விப்பட்ட கிசுகிசுப்புகளை நேரில் பார்த்துவிட்ட பதற்றம் அவர்களுக்கு. அநியாயம் என்று நினைத்துக் கொண்டிருந்தது இவ்வளவு சீக்கிரம் தங்கள் வீட்டுக் கதவைத் தட்டும் என்று எதிர்பார்த்திருக்கவில்லை. துரத்தியடித்தார்கள். வீடு தேடி சலித்துப் போயிருந்தார்கள்.

இருவரும் பவானி ஊழியம் செய்யும் நிறுவனத்தின் பணியாளர்கள். அவன் பீகார். அவள் ஹரியானா. பெங்களூருக்கு

வந்து ஒன்றரை வருடங்களாகிவிட்டன. ஹரியானாக்காரி பவானியுடன் நிறைய பேசினாள். குடும்பத்தைவிட்டு வெகுதூரம் தள்ளி இருப்பதன் சுதந்திரம் அவளுக்கு பிடித்திருப்பதாகச் சொன்னாள்.

'உனக்கு அப்படி ஆசையில்லையா?' என்று கேட்டாள். பவானி தனது குடும்பத்தைவிட்டு விலகியிருப்பதற்கான சாத்தியம் பற்றி ஒரு கணம் யோசித்தாள். அது குறித்து தொடர்ந்து யோசிக்க விருப்பமற்று வேறு ஏதாவது குறித்துப் பேச விரும்பினாள்.

பெரும்பாலான பெண்களின் பிரச்சினையே குடும்பம் என்கிற அமைப்புதான் என்று அவள் சொன்னது சரியாக இருக்கக் கூடும் என்கிற பாவனையில் பவானி அவசரமாகத் தலையாட்டினாள். அவளுக்கு பவானியைப் பிடித்திருந்தது. பவானியின் அப்பாவித்தனமான முகத்தையும் அவளது வெள்ளந்தியான பேச்சையும் சிலாகித்தாள். பெண்களின் மீதான பெரும்பாலான பாலியல் தாக்குதல்கள் குடும்பத்திலிருந்தேதான் தொடங்குகின்றன என்று அவள் சொன்ன போது பவானி துணுக்குற்றாள். அவள் பேசுவது சரியா தவறா என்று புரிந்து கொள்ள முடியாத குழப்பமாக இருந்தது. அது ஒருவகையில் சுவாரசியமானதாகவும் இருந்தது. இவள் எவ்வளவு பேசினாலும் கேட்டுக் கொண்டிருக்கலாம் என்று பவானி நினைத்துக் கொண்டாள்.

லேஅவுட்டில் பால்காரரின் வீடுகளில் ஒன்று காலியாக இருப்பதை பவானி கவனித்திருந்தாள். அதை ஹரியானா பெண்ணிடம் சொல்லியிருந்தாள். 'அவர்கிட்ட நாங்க ரெண்டு பேரும் புருஷன் பொண்டாட்டின்னு சொல்லுறியா?' என்று அவள் கேட்டாள். பவானிக்கு அதில் ஒன்றும் பிரச்சினையில்லை. பால்காரரிடம் அப்படியே சொன்னாள். பவானி சொன்னவற்றை பால்காரர் நம்பினார் என்று சொல்ல முடியாது. ஆனால் பவானி குறித்து அவருக்கு நல்ல அபிப்பிராயம் இருந்திருக்க வேண்டும். பத்து மாத வாடகையை முன் பணமாக வாங்கிக் கொண்டு சாவியைக் கொடுத்தார்.

'பிரச்சினை எதுவும் வரக்கூடாது பார்த்துக்குங்க' என்று இரண்டு மூன்று முறையாவது சொன்னார். பவானி உறுதிமொழி கொடுத்தாள். அவர்கள் இருவருக்கும் அதை நம்பவே முடியவில்லை. ஒரே வீட்டில் வசிக்க வேண்டும் என்பது வெகுநாள் கனவு. நிறைவேறாமல் கிடந்த கனவு. ஒரு மாத

வாடகையை பவானியிடம் கொடுத்தார்கள். பவானி தயங்கினாள்.

'வீடு பார்த்துக் கொடுத்ததற்கான கமிஷன்' என்றான் அவன். பவானி மறுத்தாள்.

'நமக்கு எதுவுமே சும்மா வராது... நாமும் எதையும் அடுத்தவங்களுக்கு சும்மா செய்ய வேண்டியதில்லை' என்று சொல்லி வாங்கிக் கொள்ளச் சொன்னாள். பவானிக்கு சந்தோஷமாக இருந்தது.

பவானி ஒவ்வொரு நாளும் காலை வேளையில் அவர்கள் வீட்டில் வேலை செய்து கொடுக்க ஆரம்பித்திருந்தாள். வீட்டைச் சுத்தம் செய்வதுதான் முக்கியமான வேலை. அரை மணி நேரத்து வேலைதான். எப்பொழுதாவதுதான் வீட்டில் சமையல் செய்வார்கள். அப்பொழுது மட்டும் அந்தப் பாத்திரங்களைக் கழுவித் தர வேண்டும். ஹரியானா பெண்ணே கூட அந்த வேலைகளைச் செய்துவிட முடியும். ஆனால் செய்யவில்லை.

'உங்க வீட்டில் ஏதாச்சும் வேலை இருக்கா?' என்று பவானி கேட்டவுடன் சம்மதித்துவிட்டாள். பவானி பணம் சேர்க்கத் தொடங்கியிருந்தாள். சிறுகச் சிறுகச் சேர்ந்து கொண்டிருந்தது.

'நீங்க ரெண்டு பேரும் இப்படி இருக்கிறது உங்க வீட்டில் தெரியுமா?' என்று பவானி கேட்ட போது அவள் சிரித்தாள்.

'இப்படின்னா எப்படி?' அவள் பவானியைப் பேச வைத்துப் பார்க்க விரும்பினாள்.

'எப்படின்னு சொல்லு?' திரும்பவும் கேட்டாள்.

'ஒரே வீட்ல..ஒரே ரூம்ல'

'அப்படின்னா ஒரே படுக்கையில் இல்லையா?' என்றாள்.

சிரித்த பவானி 'அதுவும்தான்' என்றாள்.

'அப்புறம்?' அவள் வம்பிழுக்கிறாள் என்று தெரிந்தது.

அதற்கு மேல் பேசுவதற்கு பவானியிடம் தைரியம் இல்லை. சிரித்தாள்.

'எந்த வீட்டில் ஏற்றுக் கொள்வார்கள்?' என்று கேள்வியை பவானிக்குத் திருப்பி அனுப்பினாள். பவானிக்கு பதில் தெரியும். எதுவும் சொல்லவில்லை.

அவன் அதிகமாகப் பேசுவதில்லை. அவள் நிறைய புத்தகங்கள் வாசித்தாள். அவன் பாடல்களைக் கேட்டுக் கொண்டிருந்தான். அவன் வெளியில் சுற்ற விரும்பினான். அவள் வீட்டில் தூங்குவதிலேயே ஆர்வமாக இருந்தாள். இருவரும் நேருக்கு மாறாக இருந்தார்கள். இவர்கள் இருவருக்கும் எப்படி ஒத்துப் போகிறது என்று பவானிக்கு சந்தேகமாக இருந்தது.

'ஒத்துப் போகுதான்னு தெரியாது. இனிமேல்தானே தெரியும்?' என்றாள் அவள்.

பவானி அதற்கு மேல் எதுவும் கேட்கவில்லை. அவர்கள் இருவரும் அவ்வப்பொழுது சண்டை பிடித்துக் கொண்டார்கள். அவன் அடித்தபோது அவளும் திருப்பி அடித்தாள். அவள் தூங்கிக் கொண்டிருக்கும் போது அவன் சமைத்தான். அவள் அவனுடைய துணிகளையும் சேர்த்துத் துவைத்தாள். அவ்வப்போது கொஞ்சிக் கொண்டார்கள். அடிக்கடி முத்தமிட்டுக் கொண்டார்கள். செல்லமாகக் கடித்துக் கொண்டார்கள். கட்டியணைத்து விளையாடினார்கள். பவானியின் இருப்பு அவர்களுக்கிடையில் எந்த சங்கோஜத்தையும் உண்டாக்கியிருக்கவில்லை. பவானி எதுவுமே தெரியாதது போல நடந்து கொண்டாள். அவர்களின் அந்தரங்கத்தை நெருங்கும் மூன்றாவது மனுஷியாக பவானி இருந்தாள்.

சூறைக்காற்று கொண்டு வந்து நிரப்பும் தூசியைப் போல விதவிதமான மனிதர்கள் வந்து ஊரை நிறைத்துக் கொண்டிருந்தார்கள். ஒவ்வொரு நாளும் மனித உறவுகளின் விதவிதமானவிசித்திரங்களைஇந்தஊர்காட்டிக்கொண்டிருக்கிறது. எல்லாவிதமான வரைமுறைகளும் நெகிழ்ந்து உடைந்து கொண்டிருக்கும் ஊரில் வாழ்ந்து கொண்டிருப்பதாக பவானிக்குத் தோன்றியது. உறவுகளின் அவிழ்க்க முடியாத சிக்கல்களும் தீர்க்க முடியாத புதிர்களுமே உலகின் அதிசுவாரசியமானவை என்பதை அவள் புரிந்து கொள்ளத் தொடங்கியிருந்தாள். இதுவரை வாழ்ந்த எளிய வாழ்க்கையின் தெளிவின்மையும் இப்போது புரிந்து கொள்ளத் தொடங்கியிருக்கும் சிக்கலான வாழ்க்கையின் தெளிவுக்குமிடையில் அவள் சுழலத் தொடங்கியிருந்தாள்.

பவானி அழைப்பு மணியை அழுத்திய போது பூம் பூம் மாட்டுக்காரன் அடுத்த வீதிக்குச் சென்றிருந்தான். மீண்டுமொருமுறை அழுத்தினாள். தூக்கக் கலக்கத்தில் எழுந்து வந்தவன் கதவைத் திறந்துவிட்டான். அரைக்கால் சட்டையும்

வா. மணிகண்டன்

வெற்றுடம்புமாக அவனைப் பார்ப்பதற்கு பவானிக்கு லஜ்ஜையாக இருந்தது. அவன் எதைப் பற்றியும் கண்டுகொள்ளாமல் அறைக்குள் சென்றான். பவானி வரவேற்பறையைச் சுத்தம் செய்துவிட்டு அவர்கள் படுத்திருந்த அறைக்கதவைத் தட்ட வேண்டுமா என்று யோசித்தபடியே நின்றிருந்தாள். ஹரியானாக்காரி அவனை ஏதோ சொன்னாள். அவன் பதிலுக்கு ஏதோ சொன்னான். இருவரும் சிரிக்கத் தொடங்கியிருந்தார்கள். பவானி சப்தமில்லாமல் அந்த வீட்டை விட்டு வெளியேறினாள்.

10

போர்வெல் எந்திரம் புழுதியைக் கிளப்பத் தொடங்கியிருந்தது. குரூர விலங்கொன்று நிலத்துடனான தனது சண்டையைப் பெரும் உறுமலுடன் ஆரம்பித்திருப்பது போலிருந்தது. ஆழ்துளைக் கிணறு பெரும் பிரச்சினையைத் தீர்த்துவிடக் கூடும் என்பது பால்காரருக்குச் சற்று ஆசுவாசமாக இருந்தது. தண்ணீர் பிரச்சினை தினசரி பிரச்சினையாகிக் கொண்டிருந்தது. வாடகைக்குக் குடியிருப்பவர்களின் புகார்கள் சமாளிக்க முடியாதளவுக்குப் பெருகிக் கொண்டிருந்தன. வாளியைத் தூக்கிக் கொண்டு வந்துவிடுவார்கள் போலிருந்தது. வந்தால் மட்டும் என்ன செய்ய முடியும்? 'என் வீட்டிலும்தான் தண்ணியில்லை' என்று சொல்லலாம்தான். சொன்னாலும் அவ்வளவு சீக்கிரம் காலி செய்துவிடமாட்டார்கள். பெங்களூரில் தண்ணீர் பிரச்சினை இல்லாத பகுதிகளில் வாடகை அதிகமாகியிருந்தது.

கடந்த பதினைந்து நாட்களில் மூன்று மனிதர்கள் வந்து 'பாய்ண்ட்' பார்த்துவிட்டுச் சென்றிருந்தார்கள். கிட்டத்தட்ட எல்லோரும் ஒரே புள்ளியைச் சுட்டிக்காட்டியிருந்ததால் பால்காரர் நம்பிக்கையுடன் இருந்தார். நான்கு நீரோட்டங்கள் அந்தப் புள்ளியில் குறுக்கிடுவதாகச் சொல்லியிருந்தார்கள். அந்த பாய்ண்ட்டை மஞ்சள் நிறச் சாயத்தில் குறித்து வைத்திருந்தார்.

காலண்டரில் நாள் பார்த்து போர்வெல் வண்டிக்குச் சொல்லியிருந்தார். போர்வெல் வண்டியைப் பிடித்துத் தருவதற்கெனத் தரகர்கள் பெருகியிருந்தார்கள். ஒரு தரகன் முழுப் பொறுப்பையும் ஏற்றுக் கொண்டான். வண்டியை முந்தின நாள் இரவே கொண்டு வந்து நிறுத்தினார்கள். பாய்ண்ட் குறித்து வைக்கப்பட்டிருந்த இடத்தில் வண்டியைத் தோதாக நிறுத்துவதற்கு ஒரு மணி நேரம் பிடித்தது. சுற்றுச்சுவரின் ஒரு பகுதியை இடித்திருந்தார்கள். ஏற்பாடுகள் முடிந்துவிட்டன என்ற நம்பிக்கை வந்த பிறகு 'விடிஞ்சவுடன் ஓட்ட ஆரம்பித்துவிடலாம்' என்று பால்காரரிடம் சொல்லிவிட்டுத் தூங்கச் சென்றார்கள்.

போர்வெல் பணியாளர்களில் வயதில் மூத்தவர்கள் ஓட்டுநரின்

கேபினுக்குள் படுத்துக் கொண்டார்கள். பொடியன்கள் பாயை விரித்து வண்டிக்குக் கீழாக படுத்துக் கொண்டார்கள். கொசுவர்த்திச் சுருள் ஒன்று புகைந்து கொண்டிருக்க தலை வரைக்கும் போர்த்தியிருந்தார்கள். பால்காரர் தூக்கம் வந்தமாதிரியும் இல்லாமல் வராத மாதிரியும் இல்லாமல் வீட்டுக்குள் புரண்டு புரண்டு படுத்துக் கொண்டிருந்தார். ஆழ்துளைக் கிணறு பற்றியெல்லாம் அவருக்கு எந்த அனுபவமும் இல்லை. மாரத்தஹள்ளியில் விவசாயம் செய்து கொண்டிருந்த வரைக்கும் ஏரி நீர்ப் பாசனம்தான். தோட்டத்தில் கிணறு வெட்டி வைத்திருந்தார்கள். டீசல் இஞ்சின் வைத்து இருபத்து நான்கு மணி நேரம் இழுத்தாலும் தீராமல் சுரந்து கொண்டிருந்த கிணறு அது. அதனை 'கங்காதேவி' என்பார். தனது வாழ்நாளில் பல நூறு அடிகளில் ஆழ்துளைக் கிணறு தோண்ட வேண்டியிருக்கும் என்று அவர் நினைத்ததேயில்லை. அது அவருக்குச் சற்று பதற்றத்தைக் கொடுத்திருந்தது.

விடிந்தும் விடியாமலும் தலைக்குக் குளித்துவிட்டு பூஜை சாமான்களோடு வந்து போர்வெல்காரர்களை எழுப்பினார். பூஜையை ஆரம்பிக்கச் சொல்லிவிட்டு அவர்கள் காலி மனையிடங்களில் இருந்த புதர்களுக்குள் ஒதுங்குவதும் வாய் கொப்புளிப்பதாகவும் இருந்தனர்.

'இல்ல நீங்களும் வந்துடுங்க... ஆரம்பிச்சுடலாம்' என்று சொல்லிவிட்டுக் காத்திருந்தார். தங்களுக்காகப் பால்காரர் காத்திருப்பதை விரும்பாத அவர்கள் அவசர அவசரமாக வந்து சேர்ந்தார்கள். காபி கூடக் குடிக்காமல் அந்த இடத்தில் நிற்பது வண்டிக்காரர்களுக்கு சலிப்பாகத்தான் இருந்தது. ஆனால் எதையும் காட்டிக் கொள்ளாமல் வரிசையாக நின்றார்கள். பொடியன்கள் கைகளைத் தேய்த்து சூடேற்றிக் கொண்டிருந்தார்கள்.

பால்காரர் தேங்காய் பழம் வைத்து சூடம் கொளுத்தி பாய்ண்ட் மீது எலுமிச்சம் பழத்தை வைத்தார். கண்களை மூடி சில வினாடிகள் நின்றிருந்த அவர் நகர்ந்தவுடன் வண்டியில் அமர்ந்திருந்தவனை நோக்கி ஒருவன் சைகை காட்டினான். எந்திரம் பெரும் சப்தத்துடன் மண்ணை துளைத்துக் கொண்டு உள்ளே இறங்கியது. அருகாமையிலிருந்த தெரு நாய்கள் குரைத்துவிட்டு ஓடிப் பதுங்கின. லட்சக்கணக்கான ஆண்டுகளாக மழையிலும் வெயிலிலும் காய்ந்து இறுகிக் கிடந்த பூமியின் பாறைகளை அந்த பெரிய ஊசி சர்வசாதாரணமாகக் குடைந்து

கொண்டிருந்தது. பூமாதேவி வலியைப் பொறுத்துக் கொண்டு நீரைத் தர வேண்டும் என்பது அவருடைய கவலை.

முதல் சில நிமிடங்களுக்கு மனதுக்குள் பிரார்த்தித்தபடியே நின்றிருந்தார். தண்ணீர் வந்துவிடும் என்கிற நம்பிக்கை இருந்தாலும் மனதுக்குள் துளி பயம் இல்லாமல் இல்லை. முந்தின வாரம் புதன்கிழமையன்று இரண்டு தெருக்கள் தள்ளியிருந்த கௌடாவின் வீட்டில் ஆழ்துளைக் குழாயைத் தோண்டினார்கள். பாறை கடினமாக இருப்பதால் தண்ணீர் வந்துவிடும் என்று சொல்லியிருந்தார்கள். ஆனால் அறுநூறு அடியைத் தாண்டிய பிறகும் காற்றும் புகையும்தான் பொங்கிக் கொண்டிருந்தது. கௌடா முகத்தைத் துடைக்காமல் பார்த்துக் கொண்டேயிருந்தார். கரும்பாறைப் புழுதி படிந்திருந்த அவர் முகத்தில் சலனமேயில்லை. அதற்கு மேல் தோண்டாமல் நிறுத்தினார்கள். அறுநூறு அடி தோண்டியதற்கான பணத்தை அவர் எண்ணிக் கொடுத்த போது பால்காரரும் உடனிருந்தார்.

'ச்சே ச்சே...நமக்கு அப்படியெல்லாம் எதுவும் ஆகிடாது' என்று பால்காரர் ஒரு முறை மனதுக்குள் சொல்லிக் கொண்டார்.

திருச்செங்கோடு நாமக்கல் பகுதிகளைச் சார்ந்த ஆழ்குழாய் தோண்டும் வண்டிகள் பெங்களூர் நகரத்திற்குள் அலைவது சகஜமாகியிருந்தது. நகரத்தின் பெரும் வளர்ச்சியுடன் போட்டியிட முடியாமல் மாநகராட்சி நிர்வாகம் திணறிக் கொண்டிருந்தது. அவர்களால் எதுவும் செய்ய முடியவில்லை. ஒருபக்கம் பணத்தை வாங்கிக் கொண்டு வீடுகளுக்கான அனுமதிகளை விசிறிக் கொண்டேயிருந்தார்கள். நான்கு வீடுகளுக்கு அனுமதி வாங்கிவிட்டு செல்வாக்கு மிக்க பில்டர்கள் எட்டு வீடுகள் பத்து வீடுகள் என சகட்டு மேனிக்குக் கட்டி விற்கத் தொடங்கியிருந்தார்கள். நீர்த் தேவை பன்மடங்கானது. மாநகராட்சி நிர்வாகத்தை நம்பிப் பலனில்லை என்று அவரவர் வீட்டுக்கு அவரவர் குடிநீர் வசதிகளை ஏற்பாடு செய்ய ஆரம்பித்திருந்தார்கள். நகரம் கசகசத்துக் கொண்டிருந்தது. தினந்தோறும் நூற்றுக்கணக்கான பொத்தல்கள் பூமித்தாயின் உடலில் போடப்படுவதாக அதிகாரிகள் புள்ளிவிவரங்களைத் தயாரித்துக் கொண்டிருந்தார்கள்.

எந்திரம் இறங்கிக் கொண்டிருந்தது. புழுதி படிந்து தலை முடியின் நிறம் மாறியிருந்த பையன்கள் நிற்காமல் வேலை செய்து கொண்டிருந்தார்கள். ஒருவன் குவியும் மண்ணை மண்வெட்டி

கொண்டு கலைத்து விட்டுக் கொண்டிருந்தான். மற்ற இருவர் குழாய் தீரத் தீர எடுத்து வந்து மாட்டினார்கள். இன்னொருவன் டீசல் வாங்கி வருவதற்காகச் சென்றிருந்தான். வீடுகளுக்குள் மண் படிவதைத் தவிர்ப்பதற்காக அக்கம் பக்கத்து வீட்டுக்காரர்கள் ஜன்னல்களை மூடி வைத்திருந்தார்கள். ஆனாலும் வீடுகள் மெல்லிய மண் துகள்களால் நிரம்பிக்கொண்டிருந்தன.

கிட்டத்தட்ட நூறு அடிகள் இறங்கிய பிறகு பாய்ண்ட் பார்த்துக் கொடுத்திருந்த திம்மண்ணா வந்திருந்தார். அந்தப் பக்கம் வேறொரு வேலைக்காக வந்ததாகச் சொன்னவர் 'இன்னைக்கு நிறைஞ்ச அமாவாசை... தண்ணி வந்துடும்... கவலைப்படாதீங்க' என்று சொல்லிச் சிரித்தார். பால்காரரின் முகக்குறிப்பை அவர் உணர்ந்திருந்தார் போலிருந்தது. அந்த வார்த்தைகள் பால்காரரைப் புன்னகைக்கச் செய்தன.

'நான் பாய்ண்ட் பார்த்தா பொய்க்கவே பொய்க்காது' என்று திம்மண்ணா அழுத்தமான நம்பிக்கையில் சொன்னார். நிலத்துக்குக் கீழாக இருக்கும் தண்ணீரை உள்ளங்கையில் தேங்காயை வைத்துக் கண்டுபிடிப்பதன் சூட்சமம் பால்காரருக்குப் புரியவேயில்லை.

'உடம்புல இரும்புச் சத்து வேணும்' என்றார் திம்மண்ணா.

'அதுக்காக வாரத்துல ரெண்டு தடவையாச்சும் முருங்கை சூப்பு குடிச்சுடுவேன்' என்றார். நிலத்தடி நீரோட்டம் காந்தம் மாதிரி ஈர்ப்பதாகவும் அதனால்தான் இரும்புச் சத்துள்ள மனிதர்களின் கையிலிருந்து தேங்காய் எழுந்து நிற்பதாகவும் சொல்லிவிட்டுச் சென்றிருந்தார். அது சரியா தவறா என்பது திம்மண்ணாவுக்கும் தெரியாது. பால்காரருக்கும் தெரியாது. ஆனால் இரண்டு பேருமே அந்த பதிலில் சமாதானம் ஆகியிருந்தார்கள்.

நூற்றியிருபதாவது அடியில் நீர் வந்தது. பால்காரருக்கு மகிழ்ச்சி தாங்கவில்லை. ஆனால் போர்வெல்காரர்கள் சலனமில்லாமல் தொடர்ந்து கொண்டிருந்தார்கள். மண் சரிந்து உள்ளே விழுவதாகச் சொன்னார்கள். பால்காரருக்கு அது புரியவில்லை. சில இடங்களில் ஆரம்பத்திலேயே பாறை வந்துவிடும். பாறையாக இருந்துவிட்டால் மண் சரிந்து குழிக்குள் விழும் தொந்தரவு இருக்காது. சில மண்பாங்கான இடங்களில் ஆழமாகச் சென்ற பிறகுதான் பாறை தட்டுப்படும். பாறை அகப்படும் ஆழம் வரைக்கும் மண் சரியாமல் இருப்பதற்காக அகலமான குழாயை இறக்க வேண்டும். இறக்கினார்கள். நூற்று

எண்பதாவது அடியில் பாறை தட்டுப்பட்டுவிட்டது. அதன் பிறகு ஒவ்வொரு நூறு அடியிலும் ஒரு நீர்மட்டம் சிக்கியது. பால்காரர் கிட்டத்தட்ட குதிக்கும் மனநிலையில் இருந்தார். வாடகைக்குக் குடியிருப்பவர்கள் வந்து பார்த்துவிட்டுச் சென்றார்கள். பவானி ஒரு மிடறு நீரை எடுத்துப் பருகினாள். பாறைத் துகள்களோடு நீர் இனிப்பாகவும் வெதுவெதுப்பாகவும் இருந்தது. கண்களில் ஒற்றிக் கொண்டாள். பால்காரர் அவளைப் பார்த்துக் கொண்டிருந்தார். சந்தோஷத்தில் அவருக்கு ஏதாவது பேச வேண்டும் என்று தோன்றியது. 'காவிரியை பவானி ருசி பார்க்கிறாள்' என்றார்.

பவானி சிரித்துக் கொண்டே 'இது காவிரி இல்லை' என்றாள். அது பால்காரருக்குச் சரியாகப் புரியவில்லை.

ஐந்நூற்று இருபதாவது அடியில் துளையிடுவதை நிறுத்தினார்கள். தண்ணீர் பெருக்கெடுத்து ஓடியிருந்தது. சாலை முழுக்கவும் சகதியாகிக் கிடந்தது. சுற்றுவட்டாரத்திலேயே அநேகமாக அதுதான் அதிகளவு நீராக இருக்கக் கூடும்.

'அடேயப்பா... நீங்க விவசாயமே பண்ணலாமே' என்றார் போர்வெல்காரர்.

பால்காரருக்கு விவசாயம் செய்யலாம் என்று தோன்றவில்லை. ஆனால் நீரை விற்கலாம் என்று அந்தக் கணத்திலேயே முடிவு செய்தார்.

11

உமா சத்தமிட ஆரம்பித்த போது பவானி உறங்கிக் கொண்டிருந்தாள். இரவுப் பணி முடித்த களைப்பில் கண்ணயர்ந்திருந்த அவளின் கனவுகளில் விதவிதமான யுவன்களும் யுவதிகளும் வந்து போய்க் கொண்டிருந்தார்கள். உமாவின் அலறல் அவர்களை அவளது கனவிலிருந்து சிதறடித்திருந்தது. பாயிலிருந்து எழுந்து அமர்ந்தவளுக்குச் சில வினாடிகள் எதுவும் புரியவில்லை. அமாசை விழுந்து கிடந்தான். அவனது கை கால்கள் வலிப்பில் இழுத்துக் கொண்டிருந்தன. சாவிக் கொத்து ஒன்றை உமா எடுத்து வந்து கொடுத்தாள். பவானி அமாசையின் தலையை எடுத்துத் தனது மடி மீது வைத்தாள். நாக்கை இறுகக் கடித்திருந்தான். ரத்தம் பெருக்கெடுத்திருந்தது. எச்சிலோடு கலந்த ரத்தம் அவனது அழுக்கேறிய பனியனைச் சிவப்பாக்கியிருந்தது. உமா குடிசைக்கு வெளியில் நின்று ‘யாராவது வாங்க’ என்று கத்தினாள். சேரியில் நிறைய பேர் வேலைக்குச் சென்றிருந்தார்கள். அவளது பதற்றத்தை உணர்ந்து கொண்டவர்கள் செய்து கொண்டிருந்த வேலையை அப்படியே விட்டுவிட்டு ஓடி வந்தார்கள். குடிசைக்குள் நான்கைந்து பேர் சேர்ந்திருந்தார்கள். ரத்தமும் வலிப்புமாக அமாசையை பார்த்தவர்கள் ஒரு கணம் ஸ்தம்பித்துப் போனார்கள். பார்ப்பதற்கு அது பயமூட்டும்படியாக இருந்தது.

சிறுநீர் கழிப்பதற்காகக் குடிசைக்கு வெளியில் சென்றவன் திரும்ப உள்ளே வரும் போது திடீரென்று சரிந்து விழுந்ததாக உமா சொல்லிக் கொண்டிருந்தாள். அலறல்களுக்கிடையில் அவசர அவசரமாக ஓடிய ரமேஷ் தள்ளுவண்டியைக் கொண்டு வந்து நிறுத்தியிருந்தான். சேரியில் நிறையப்பேர் தள்ளுவண்டி வைத்திருக்கிறார்கள். ரமேஷ் படிப்பை நிறுத்திவிட்டு காய்கறி விற்கத் தொடங்கி சில ஆண்டுகள் ஆகிவிட்டன. காய்கறி விற்பவர்கள் விடிவதற்கு முன்பாகவே மடிவாலா மார்கெட்டுக்கு வண்டியைத் தள்ளிச் சென்றுவிடுவது வழக்கம். காய்கறிகளை மொத்தமாக வாங்கி கண்களுக்கு அழகாக அடுக்கி முடிப்பதற்குள் மணி ஆறு ஆகிவிடும். ஏழு மணிக்குள்ளாக வீதிகளில் தள்ளிச்

சென்றால் ஓரளவு இலாபம் பார்த்துவிடலாம். சமையலுக்காகக் காய்கறித் தள்ளுவண்டிகளை எதிர்பார்த்து நிறையப் பெண்மணிகள் காத்திருப்பார்கள். ரமேஷ் தனக்கென்று சில தெருக்களை வைத்திருந்தான். அந்தத் தெருக்களில் அவனுக்கு ஓரளவு நல்ல பெயரும் இருந்தது.

அவன் அன்றைய தினம் வேலைக்குச் செல்லாமல் படுத்திருந்தான். உமா கத்தியதைக் கேட்டு ஓடி வந்திருந்தான். அமாசையைத் தூக்கித் தன் தள்ளு வண்டியில் படுக்க வைத்தான். தலைக்கு ஒரு தலையணையை பவானி வைத்தாள். ரமேஷ் தள்ளிக் கொண்டு ஓடத் துவங்கினான். பவானியால் அவனுடைய வேகத்துக்கு ஈடு கொடுக்க முடியவில்லை. மூச்சிரைக்க ஓடிக் கொண்டிருந்தாள். சாலைகளில் சென்றவர்கள் ஒரு கணம் பார்த்துவிட்டுத் தங்களது பயணத்தைத் தொடர்ந்தார்கள். ரமேஷின் உடல் முறுக்கேறிக் கிடந்தது. அவனை வெகு நாட்களுக்குப் பிறகாக கவனித்துப் பார்க்கிறாள். அவனது புஜங்களைப் பார்த்தாள். வியர்வை அவனது புறங்கழுத்தில் இறங்கிக் கொண்டிருந்தது. சுதாரித்துக் கொண்டவள் அப்பன் உயிருக்குப் போராடிக் கொண்டிருக்கிறான் என்று தனக்குத் தானே ஒரு முறை சொல்லிக் கொண்டு வேகமெடுத்தாள். ரமேஷ் கவனம் சிதறாமல் ஓடிக் கொண்டிருந்தான். எந்த மருத்துவமனைக்குச் செல்வது என்று இருவருக்குமே குழப்பமாக இருந்தது.

‘லைவ் ஆஸ்பத்திரிக்கு கொண்டு போலாமா?’ என்று கேட்டான். அங்கு செலவு அதிகம். ஆனால் அதுதான் பக்கத்தில் இருக்கிறது. தனது கையிலிருக்கும் இருப்பு கரைந்துவிடக் கூடும் என்று பதறினாள். ஆனால் தன்னை இவ்வளவு காலம் காப்பாற்றியவனுக்குச் செய்ய வேண்டிய கடமை இது என்று நினைத்துக் கொண்டாள்.

‘அங்கேயே போலாம்’ என்றாள்.

தள்ளுவண்டியை மருத்துவமனைக்கு முன்பாக நிறுத்தினான். அது ஏழைகளுக்கான மருத்துவமனையில்லை என்று பார்த்தவுடனேயே தெரிந்தது. தரை முழுவதும் சிக்குபேர்ல் கிரானைட் பதித்திருந்தார்கள். மருத்துவமனை வெகு சுத்தமாக இருந்தது. தள்ளுவண்டியை நிறுத்திவிட்டு ரமேஷ் உள்ளே ஓடினான். தனக்காகத்தான் அவன் இவ்வளவும் செய்கிறானா என்று பவானி மெதுவாகக் கேட்டுக் கொண்டாள். பிரித்து வீசப்பட்ட குருவிக் கூடு போல அமாசை மயக்கத்தில்

கிடந்தான். மருத்துவமனை ஆட்கள் ஸ்ட்ரெச்சரைக் கொண்டு வந்து அமாசையை உள்ளே தூக்கிச் சென்றார்கள். சேரி ஆட்கள் பின்னாலேயே வந்து சேர்ந்தார்கள். அவர்களில் சிலர் இந்த மருத்துவமனை கட்டப்பட்ட பொழுது அதில் கட்டிட வேலை செய்ததாகச் சொல்லிக் கொண்டிருந்தார்கள்.

மருத்துவமனை ஊழியர்கள் பவானியிடம் சில தாள்களைக் கொடுத்து கையொப்பம் வாங்கிக் கொண்டார்கள். சில பரிசோதனைகளுக்காக பணம் கட்டச் சொல்லியிருந்தார்கள். பணம் கட்டும் இடத்தில் நிறைய மனிதர்கள் நின்று கொண்டிருந்தார்கள். அவர்கள் படித்தவர்களாகவும் வசதியானவர்களாகவும் தெரிந்தார்கள். யாரும் அடுத்தவர்களிடம் பேசிக் கொள்ளவில்லை. அரசு மருத்துவமனைகளில் சக மனிதர்கள் 'என்னாச்சு?' என்றாவது கேட்பதை பவானி நினைவு படுத்திக் கொண்டாள். இந்த மருத்துவமனையில் மனிதர்கள் நீரில் மிதக்கும் எறும்புகளைப் போலத் தனித் தனியான மனநிலையில் இருப்பதாகத் தோன்றியது. அவளது முறை வந்தது.

தனது கையிலிருந்த சீட்டை அவனிடம் கொடுத்து 'எவ்வளவு?' என்றாள். கண்ணாடிக்குள்ளிருந்தவன் பதில் சொன்னான். பெருந்தொகை அது. தனது இரும்புப் பெட்டிக்குள் அவ்வளவு இருக்கும் என்று தோன்றவில்லை.

'எடுத்துட்டு வர்றேன்' என்றாள். சொல்லிவிட்டாளே தவிர எப்படி என்று அவளுக்குத் தெரியவில்லை. 'சீக்கிரம் கட்டுங்க' என்றான் கண்ணாடிக் கூண்டுக்காரன்.

'நீங்க டெஸ்ட் பண்ணுங்க.. நான் எப்படியும் கொண்டு வந்துடுறேன்' என்றாள். பணம் இல்லாமல் சிகிச்சையை ஆரம்பித்தால் நிர்வாகத்தினர் தன்னை வேலையை விட்டு நீக்கிவிடுவார்கள் என்றான்.

'வேற யார்கிட்ட நான் கேட்கட்டும்?' என்றாள்.

'பணம்தான் பேசும்' என்று சொல்லிவிட்டு அடுத்த ஆளைப் பார்த்தான்.

பவானிக்கு அந்த இடத்தைவிட்டு நகர்வதைத் தவிர வேறு வழியில்லை. மருத்துவமனைகள் பிசாசுகளின் கொள்ளிவாய்க் கூடங்கள் போலிருக்கிறது என்று சொல்லிக் கொண்டாள். ரமேஷிடம் ஓடி வந்தாள். உமாவும் ரமேஷும் மட்டும்

இருந்தார்கள். மற்றவர்கள் கிளம்பியிருந்தார்கள்.

ரமேஷிடம் 'உன்கிட்ட பணம் இருக்கா?' என்றாள். அவன் தயக்கத்துடன் இல்லை என்றாள். ஆனால் அவளிடம் அப்படிச் சொன்னதற்காக அவன் வருத்தப்பட்டான்.

'சரி... நான் போய் பார்க்கிறேன்' என்றாள்.

அவள் தன்னை இன்னமும் நெருக்கமானவனாக உணரவில்லை என்று ரமேஷ் நினைத்துக் கொண்டான். 'ம்ம்' என்று சொல்லிவிட்டு வேறு திசையில் பார்த்தான்.

உமா இதையெல்லாம் பார்த்துக் கொண்டிருந்தாள். தன்னை பவானி பொருட்படுத்தவேயில்லை என்பது அவளுக்கு வருத்தமாக இருந்தது.

பவானி மருத்துவமனையை விட்டு வெளியே வந்த போது காலை நேரத்து வெயில் காட்டமாக இருந்தது. நிறைய மரங்களை வெட்டித் தள்ளிவிட்டார்கள். இந்த ஊரில் குளிர் குறைந்து கொண்டேயிருப்பதாகத் தோன்றியது. செருப்பு அணியாமல் வந்திருந்தாள். கற்கள் குத்தின. பால்யத்தில் அமாசை தன்னை கவனித்துக் கொண்டதை நினைத்துக் கொண்டே நடந்தாள். அவனது நினைவுகள் அவளை ஓடச் செய்தன. கண்களில் நீர் வடிந்து கொண்டிருந்தது. அதைத் துடைத்துக் கொள்ள வேண்டும் என்று கூட உணராமல் ஓடிக் கொண்டிருந்தாள்.

தான் வேலை செய்யும் வீட்டிற்குச் சென்றாள். ஹரியானா பெண் வீட்டில் இல்லை. அவன் மட்டுமிருந்தான். அரைகுறை ஆங்கிலத்தில் பிரச்சினையைச் சொன்னாள். அவன் கவனம் எங்கேயோ இருந்தது.

பணத் தேவையைச் சொன்னவுடன் 'எவ்வளவு?' என்றான். சொன்னாள். அவன் தரப்போவதில்லை என்ற முடிவுக்கு ஏற்கனவே வந்திருந்தான். அதுவரை பார்த்திராத பார்வையில் பார்த்து 'இப்போ இல்லையே' என்றான். அது பவானிக்கு வித்தியாசமாகப்பட்டது. அவளுக்கு முன்பாகவே பனியனைக் கழற்றி வேறொரு சட்டையைத் துழாவுவது போல பாவனை செய்தான். பவானி அந்த இடத்தில் இருக்க விரும்பவில்லை. தனது சுடிதாரின் துப்பட்டாவைச் சரி செய்து கொண்டாள். பிறகு வருவதாகச் சொன்னாள்.

அவன் 'வேலை செய்யலையா?' என்றான். அதில் வேறொரு அர்த்தம் தொனித்தது.

பவானிக்கு அழுகை முட்டியது. 'அப்பா ஆஸ்பத்திரியில் இருக்காரு' என்றாள்.

'ம்ம்ம்' என்றான்.

வெளியே வந்து தனது அத்தனை எரிச்சலையும் சேர்த்துத் துப்பினாள்.

அவன் இவ்வளவு நாட்களும் தன்னை இப்படித்தான் பார்த்திருப்பானா என்று யோசித்த போது குமட்டிக் கொண்டு வந்தது. அடுத்து எங்கே போவது என்று தெரியவில்லை. பண உதவி செய்யுமளவுக்குத் தெரிந்தவர்கள் யாருமில்லை என்பது அவளை வெறுமையாக்கியது. நெஞ்சில் பாரம் ஏறியது போலிருந்தது. பால்காரர் அவரது வீட்டுக்கு வெளியில் நின்றிருந்தார். அவரிடம் கேட்க வேண்டும் என்று அவள் நினைத்திருக்கவில்லை. இவளது முகத்தைப் பார்த்து அவராகத்தான் கேட்டார்.

'ஏனாயித்துமா?'.

அதில் அதீத பரிவு இருப்பதாகப் பட்டது. இவ்வளவு பரிவான வார்த்தைகள் வெகுநாட்களுக்குப் பின் அவள் காதில் விழுகிறது. வறண்ட மண்ணில் விழுந்த முதல் மழைத்துளியாக அது இருந்தது. உடைந்துவிட்டாள். அவர் எதைப் பற்றியும் யோசிக்கவில்லை. ரூபாய்த் தாள்களை எடுத்துச் சட்டைப்பைக்குள் வைத்துக் கொண்டு தனது பைக்கைக் கிளப்பினார்.

'வாம்மா.. பார்த்துக்கலாம்' என்றார்.

வண்டி விரைந்தது. உலகில் இரண்டாவது மனிதன் உயிரோடு இருக்கும் வரைக்கும் யாரும் அநாதையில்லை என்று சினிமாவில் ராஜ்குமார் பேசிய வசனம் திரும்பத் திரும்ப நினைவில் வந்தது. அவளுக்குச் சத்தம் போட்டு அழ வேண்டும் போலிருந்தது. அடக்கிக் கொண்டாள்.

12

தண்ணீர் வண்டியில் பதினோராவது முறையாக நீரை நிரப்பிக் கொண்டிருந்தான் லிங்கப்பா. பவானி சிறு குறிப்பேட்டில் குறித்துக் கொண்டாள். லேஅவுட்டின் நீர்த் தேவை அதிகரித்துக் கொண்டேயிருந்தது என்றாலும் லே-அவுட் முழுக்கவும் பால்காரரின் கட்டுப்பாட்டில்தான் இருந்தது. அங்கு அவர் மட்டுமே தண்ணீரை விற்கும் உரிமை படைத்தவராக இருந்தார். அவரைத் தவிர வேறு யாரும் தண்ணீர் கொண்டு வரக் கூடாது என்பது எழுதப்படாத விதியாக இருந்தது. கவுன்சிலரின் முழு நம்பிக்கையையும் பால்காரர் பெற்று வைத்திருந்தார். எம்.எல்.ஏ சதீஷ் ரெட்டி கார்பொரேஷன் தண்ணீர் குழாய்களை அமைப்பதற்கான ஏற்பாடுகளை தாமதிப்பது கூட பால்காரருக்காகத்தான் என்று லே-அவுட்டில் கிசுகிசுத்தார்கள்.

'அப்படியெல்லாம் ஒண்ணுமில்லை.... நீங்க தண்ணி லைன் கொண்டு வந்தா எனக்கும் சந்தோஷம்தான்' என்று எம்.எல். ஏவிடம் சொல்லிவிட்டு வந்திருந்தார். சதீஷ் ரெட்டியால் பால்காரரைப் புரிந்து கொள்ளவே முடியவில்லை. வெளியாட்கள் தண்ணீர் கொண்டு வந்தால் அவர் அடிக்க வருவதாகப் புகார் சொல்லியிருந்தார்கள்.

பவானி தனது வேலையை ராஜினாமா செய்துவிட்டு பால்காரரின் வீட்டில் வேலைக்குச் சேர்ந்திருந்தாள். அமாசையை மருத்துவமனையில் அனுமதித்துவிட்டு ஐசியூவில் நின்றிருந்த போது அவராகவேதான் கேட்டார்.

'வேலை நிறைய இருக்குது..வந்து பார்த்துக்குறியா?' என்றார். அதற்கு முன்பாக அவளைப் பற்றி நிறைய விசாரித்திருந்தார். அவள் அதிகமாக யோசிக்கவில்லை. சரி என்று தலையாட்டிவிட்டாள்.

அவளுக்குதினமும்காலையிலேயேவேலைதொடங்கிவிடுகிறது. பால்காரரின் வீட்டில் வேறு யாருமில்லை. தனியாகத்தான் இருந்தார். அவ்வப்போது அவர் வெளியே சென்றுவிடுவதால் வீடு கிட்டத்தட்ட பவானியின் ராஜ்ஜியத்துக்கு வந்திருந்தது.

பிறந்ததிலிருந்தே குடிசையில் இருந்த அவளுக்கு அவ்வளவு பெரிய வீட்டில் புழங்குவது சிறகு முளைத்தது போலிருந்தது. பெரிய நாற்காலிகளும் வேலைப்பாடு மிகுந்த மரக் கட்டிலும் மெதுமெதுப்பான மெத்தையும் அவளுக்கு ஆச்சரியமாக இருந்தன. பால்காரர் ஒரு பெரிய வானொலிப்பெட்டி வைத்திருந்தார். அவர் வீட்டில் இருக்கும் போது ஆகாஷ்வாணியின் மாநிலச் செய்திகளை ஒரு கன்னடத்தவர் வாசிக்கும் போது மட்டும் வானொலியை ஒலிக்கவிடுவார். மற்ற நேரங்களில் செத்த பூனையைப் போல அது அணைத்து வைக்கப்பட்டிருக்கும். அவர் இல்லாத போது பாடல் ஏதாவது கேட்கிறதா என்று பவானி முயற்சித்திருக்கிறாள். ஒவ்வொரு முறையும் அது கரகரவென்று கத்தி அவளை பயமுறுத்தியது. உடனடியாக அணைத்துவிட்டு ஓடிப் போவாள்.

பவானி வேலைக்குச் சேரும் வரைக்கும் தனக்கான உணவை பால்காரரே சமைத்துக் கொண்டிருந்தார். வேலைக்குச் சேர்ந்த ஓரிரு நாட்களில் அவருக்கு சமையல் செய்து தரும் பொறுப்பு பவானியிடம் வந்திருந்தது.

ஆண் சமையலில் வீடு நாறிக் கிடந்தது. எதுவுமே ஒழுங்கின்றிச் சிதறியிருந்தன. சமையலை ஆரம்பித்த முதல் நாளன்று 'உங்களுக்கு என்ன செய்யணும்?' என்றாள்.

'என்கிட்ட கேட்க வேண்டியதில்லை... உனக்கு பிடிச்சதை செய்யும்மா' என்றார். அதன் பிறகு அவள் என்ன வேண்டும் என்று கேட்பதேயில்லை. வெல்லம் கரைத்து வைக்கும் கன்னட சமையல் அவளுக்கு ஓரளவு தெரிந்திருந்தது. சமாளித்தாள். கலைந்து கிடந்த சமையலறையை ஒழுங்குபடுத்தினாள். தாறுமாறாகக் கிடந்த பொருட்களைப் பிரித்து வெகு நேர்த்தியாக அடுக்கி வைத்தாள். குப்பை படிந்து கிடந்த வீட்டை துப்புரவாக்கினாள். ஜன்னல் கம்பிகளைத் துடைத்து தினமும் வாசலைப் பெருக்கி நீர் தெளித்து பூஜையறையில் விளக்கு ஏற்றினாள். இதையெல்லாம் அவள் செய்வாள் என்று பால்காரர் எதிர்பார்த்திருக்கவில்லை. அவள் மீது நம்பிக்கை கூடியிருந்தது.

'லிங்கப்பா கணக்கையும் நீயே பார்த்துக்க' என்று திடீரென்று அவர் சொன்ன போது அவளால் அதை நம்ப முடியவில்லை. மிகப்பெரிய பொறுப்பு என்று தோன்றியது. அதுவுமில்லாமல் அவளுக்கு முன்பிருந்தே லிங்கப்பா அவரிடம் வேலையில் இருக்கிறான். லிங்கப்பாவுக்கும் அது அதிர்ச்சியாகத்தான்

மூன்றாம் நதி

இருந்தது. பவானியிடம் தினமும் கணக்கைச் சொல்ல வேண்டும் என்பது அவனுக்குள் கசப்பேற்றியது. ஆனால் அவனால் கணக்கு வழக்கைப் பராமரிக்க முடியவில்லை என்பதுதான் நிஜம்.

ஒரு நாளைக்கு எவ்வளவு வண்டி தண்ணீர் நிரம்புகிறது, யாரெல்லாம் உடனடியாக பணம் தருகிறார்கள், தவணை வைத்தவர்களின் பட்டியல், மாதச் சம்பளம் வந்தவுடன் தருவதாகச் சொல்பவர்கள், பணத்தைக் குறைத்துக் கொடுத்தவர்கள் என சகலத்தையும் குறித்து வைத்துக் கொள்ள வேண்டியிருந்தது. வருகிற அழைப்புக்கு ஏற்ப தண்ணீர் வண்டியை நிரப்பி வீட்டில் கொண்டு போய் தருவதே பெரிய காரியமாக இருந்த நிலைமையில் கணக்கு வழக்கையும் பார்த்துக் கொள்வது என்பது இளங்குதிரையின் மீது வண்டியைப் பூட்டுவது போல இருந்தது. ஒரு நாளைக்கு இருபத்தெட்டு மணி நேரமிருந்தாலும் சரியாக இருக்கும் போலிருந்தது. பவானி அவனுடைய சுமையைக் குறைத்துவிடுவாள் என்ற நம்பிக்கையிருந்தாலும் 'இவகிட்ட கணக்கு சொல்லணுமா?' என்று முரண்டு பிடித்தான்.

அவனது முரண்டு பவானிக்கு பிடித்திருந்தது. அவன் எதிர்ப்புக் காட்டும் போதெல்லாம் அவள் சிரித்து வைத்தாள். அவளது புன்னகையை எதிர்கொள்ள முடியாமல் அவன் தலையைக் குனிந்து கொண்டான். அவள் ஒவ்வொரு முறை சிரிக்கும் போதும் அவன் ஒரு மில்லி மீட்டர் இளகியிருந்தான். அவனது உறுதி குலைந்து கொண்டேயிருந்தது. வெகு சீக்கிரமாக அவனது கணக்கு வழக்கு அவளிடம் வந்திருந்தது.

'கணக்கு மட்டும்தான் நீ. அதிகாரம் எதுவும் பண்ணக்கூடாது' என்றான். அதற்கும் சிரித்து அவனை உடைத்தாள். அவளிடம் கள்ளமில்லை என்று லிங்கப்பா பதிலுக்குச் சிரித்தான்.

பால்காரருக்கு வருமானம் அதிகரித்துக் கொண்டேயிருந்தது. பவானிதான் ஒவ்வொரு நாளும் கணக்கு முடித்து அவரிடம் கொடுத்தாள். தனது வாழ்நாளில் அவள் தொட்டுப் பார்த்திராத பணம். ஆனால் அந்தப் பணத்தை அவர் எங்கே வைக்கிறார் என்பதெல்லாம் அவளுக்குத் தெரியவில்லை. அதை அவரும் காட்டிக் கொண்டதில்லை. இவ்வளவு பணம் சம்பாதிக்கும் இந்த மனிதர் ஏன் தனியாக இருக்கிறார் என்று யோசித்திருக்கிறாள். ஆனால் அவரது தனிப்பட்ட எந்த விவகாரத்தையும் விசாரிக்கும் தைரியம் பவானிக்கு இல்லை. அவருக்கு ஏன் பால்காரர் என்ற பெயர் வந்தது என்பது கூட குழப்பமாக இருந்தது.

தைரியத்தை வரவழைத்துக் கொண்டு 'சொந்தக்காரங்க எங்க இருக்காங்க?' என்று கேட்டபோது அவர் சிரித்தபடியே நகர்ந்து போனார். அவளால் எதையும் புரிந்து கொள்ள முடியவில்லை. லிங்கப்பாவிடம் கேட்டுப் பார்த்தாள். பவானிக்குத் தெரிந்த அளவு கூட அவனுக்குத் தெரிந்திருக்கவில்லை.

லிங்கப்பா ஓட்டிக் கொண்டிருந்த ஒரு வண்டிதான் பால்காரரிடம் இருந்தது. அந்த ஒரு வண்டியும் நிற்காமல் ஓடிக் கொண்டேயிருந்தது. அப்பொழுதும் கூட லேஅவுட்டின் நீர்த் தேவைகளைச் சமாளிக்க முடியவில்லை. தாகமெடுத்த வேட்டை விலங்குக்கு ஒப்பாகத் தண்ணீர் தண்ணீர் என்று லேஅவுட் மனிதர்கள் குரல் எழுப்புவதைப் போல இருந்தது. முந்தின நாள் தண்ணீர் வேண்டும் என்று கேட்பவர்களுக்கு அடுத்த நாள்தான் கொடுக்க முடிந்தது. லிங்கப்பாவிடம் சண்டைக்கு வந்தார்கள்.

'உங்களால முடியலைன்னா சொல்லுங்க.. வேற வண்டிக்காரங்க கிட்ட சொல்லிக்கிறோம்' என்றார்கள். அடுத்தவர்களை உள்ளே விட்டால் அது சாம்ராஜ்யத்தை வீழ்த்திக் கொள்வது மாதிரிதான்.

'இந்த ஒரு வண்டியை வெச்சுட்டு சமாளிக்க முடியாது... வேற ஆளுங்க வர்றதுக்குள்ள ஏதாச்சும் பண்ணுங்க' என்று லிங்கப்பா பால்காரரிடம் புலம்பினான்.

பால்காரருக்கும் அந்த யோசனை இருந்தது. ஆனால் வண்டியை அதிகரிப்பது மட்டும் பிரச்சினையைச் சமாளிக்காது என்று அவருக்குப் புரிந்திருந்தது. நீராதாரம் வேண்டும். லேஅவுட்டில் இடம் வாங்கி ஆழ்துளைக் குழாய் அமைக்கலாம்தான் ஆனால் பக்கத்தில் யாராவது தோண்டினால் வறண்டுவிடக் கூடும். அப்படி நிறைய ஆழ்குழாய்க் கிணறுகள் காய்ந்து போவதைப் பார்த்துக் கொண்டுதானிருக்கிறார். நகரமெங்கும் ஆழ்துளைக் குழாய்கள் அதிகரித்துக் கொண்டேயிருந்தன.

வேறு வழிகளை யோசித்துக் கொண்டிருந்த போது பசவராஜ்தான் அந்தத் திட்டத்தைச் சொன்னார். பசவராஜ் ரியல் எஸ்டேட் தரகர். வாங்குபவரிடம் இரண்டு சதவீதமும் விற்பவரிடம் இரண்டு சதவீதமும் வாங்கிக் கொள்வார். மாரத்தஹள்ளியில் பால்காரருக்கு விவசாய நிலம் இருப்பது தெரியும்.

'அங்க நிலத்தை வெச்சுட்டு என்ன பண்ணுறீங்க?' என்றார். அது பால்காரரின் மனதைக் கலைக்கும் முதல் அஸ்திரம்.

'அங்கே ஆழ்துளைக் குழாய் அமைத்து அங்கேயிருந்து இங்கே தண்ணீர் கொண்டு வருவது சாத்தியமில்லை' இது இரண்டாவது கணை.

'அங்க போய் நீங்க தண்ணீர் விற்கவும் முடியாது. அந்த ஏரியாவில் ஏற்கனவே ரெட்டிகள் தண்ணீர் விற்றுக் கொண்டிருக்கிறார்கள். உங்களை உள்ளே விடமாட்டாங்க' என்பது கடைசி அஸ்திரம்.

அந்த இடத்தை வைத்துக் கொண்டிருப்பது அவசியமில்லை என்கிற முடிவுக்கு பால்காரரை நகர்த்திவிட்டார். 'பேசாமல் அந்த இடத்தை வித்துடுங்க...எலெக்ட்ரானிக் சிட்டி பக்கமா ஒரு ஏக்கர் வாங்கிக்கலாம்' என்றார் பசவராஜ். மாரத்தஹள்ளி வெகு வேகமாக வளர்ந்து கொண்டிருந்தது. நிலத்தை மேவி சைட் போட்டால் விற்றுத் தீர்ந்துவிடும் என்பது பசவராஜுக்குத் தெரியும்.

'என்ன பதில் சொல்லுறீங்க?' என்றார்.

பால்காரர் அலட்டிக் கொள்ளாமல் சரியென்றார். பால்காரரின் நிலத்தைக் கழுகு கொத்திக் கொள்வதைப் போலக் கொத்திக் கொண்டார்கள். பெருந்தொகை கை மாறியிருந்தது. எலெக்ட்ரானிக் சிட்டிக்கு அருகில் விவசாய நிலம் ஒன்றையும் பசவராஜ்தான் பார்த்துக் கொடுத்தார். அது உருளைக்கிழங்குத் தோட்டமாக இருந்தது. சைட் போடுவதற்காகப் பிரித்துப் போட்டிருந்தார்கள். பிரித்துப் போடப்பட்ட நிலத்தில் ஏரி ஓரமாக ஒரு ஏக்கர் பால்காரருக்காக விலை பேசப்பட்டது. நிலம் குறித்தான வில்லங்க விவரங்களை சார்பதிவாளர் அலுவலகத்தில் பார்ப்பதற்கு முன்பாகவே திம்மண்ணாவை அழைத்து வந்து நீரோட்டம் பார்த்திருந்தார். தண்ணீருக்குப் பஞ்சமேயில்லை என்று திம்மண்ணா உறுதியளித்திருந்தார். அதன் பிறகு வேலைகள் வேக வேகமாக நடந்தன. பவானி பணத்தை எண்ணிக் கொடுக்க வளர்பிறையில் வந்த முகூர்த்த தினத்தில் கிரயம் செய்யப்பட்டது. அப்பொழுது விளைந்திருந்த உருளைக் கிழங்குகள் அந்த நிலத்தில் விளைந்த கடைசி உருளைக் கிழங்குகளாக இருந்தன.

13

வெகு நாட்களுக்குப் பிறகு சித்தி என்று அழைத்தாள். கடைசியாக எப்பொழுது அப்படி அழைத்தோம் என்பது பவானிக்கு ஞாபகத்தில் இல்லை. சில நொடிகளுக்குப் பிறகு மீண்டும் கத்தினாள் கத்தினாள் என்றுதான் சொல்ல வேண்டும். அந்தப் பகுதியே அதிர்ந்தது போல இருந்தது. குடிசைக்குள்ளிருந்து பதில் எதுவும் வரவில்லை. குடிசைக்குள் விளக்கு எதுவும் எரியவில்லை. இருள் பவானியைக் கோபமூட்டியது. 'லைட்டைக் கூட போடாம இருக்கா' என்று நினைத்தபடியே கதவைத் திறந்து கொண்டு உள்ளே வந்தவளின் கண்கள் அமாசையைத் தேடின. அவன் அதே மூலையில் சலனமில்லாமல் துணி மூட்டையைப் போலக் கிடந்தான். பவானி விளக்கை எரியவிட்டாள். அமாசையின் வாயில் நீர் ஒழுகிக் கொண்டிருந்தது. அருகில் சென்று அமர்ந்தாள். அவனது கண்கள் கசிந்திருந்தன. அழுதிருக்கிறான். அடுப்புக்கருகில் அரை டம்ளர் பால் மிச்சமிருந்தது. சூடு செய்து ஸ்பூனில் வைத்து ஊற்றினாள். அமாசை விழுங்கவில்லை. அவனது கண்கள் வழக்கம்போலவே அலை மோதிக் கொண்டிருந்தன. அந்தக் கண்களிடம் ஆயிரம் கதைகள் இருப்பது போலத் தோன்றியது.

அமாசையின் மூளைக்குச் செல்லும் ரத்தக் குழாய் வெடித்திருந்தது. ரத்தக் கசிவின் காரணமாக உடலின் பெரும்பகுதி இயக்கங்கள் செயலிழந்துவிட்டன. கை கால்கள் அசைவின்றிக் கிடந்தன. வெறும் கண்ணசைவு மட்டும்தான். பல சமயங்களில் கண்களும் கூட அசைவில்லாமல் நிலைகுத்தி நின்று கொண்டன. மருத்துவமனையில் வைத்துப் பார்ப்பது தனது பலத்தை மீறிய செயல் என்று பவானிக்குத் தோன்றியது. செலவுகள் தலைக்கு மேலாகச் சென்றன. அரசாங்க மருத்துவமனையில் வைத்து சிகிச்சையளிப்பதற்காக விசாரித்தாள்.

'உறுதியா எதுவும் சொல்ல முடியாது' என்று கையை விரித்திருந்தார்கள். குடிசையில் வைத்துப் பார்த்துக் கொள்வதாகச் சொல்லித் தூக்கி வந்து கிடத்தி நாட்கள் ஓடிவிட்டன. குடிசையின்

ஒரு மூலை அவனுக்கான நிரந்தர இடமாகிப் போனது. அதுவரை அலைந்து திரிந்தவன் சிறகு பிய்ந்த வண்ணத்துப் பூச்சியாகக் கிடந்தான். முதுமையும் மரணமும் சந்தர்ப்பத்துக்காகக் காத்திருக்கின்றன. வாய்ப்புக் கிடைக்கும் போது அடித்துப் போட்டு ஆளை முடித்துவிடுகின்றன.

அமாசையின் ரத்தம் சுண்டிவிட்டது. முகத்தில் கறுப் பேறியிருந்தது. நோய்மை அவனை முழுமையாக ஆக்கிரமித்திருந்தது. துருத்திக் கொண்டிருந்த எலும்புகளும் பெரும் கன்னக்குழிகளும் அவனது அடையாளத்தை மாற்றியிருந்தன. ஆகாரமாகப் பால் மட்டும் அவ்வப்போது ஊற்றிக் கொண்டிருந்தார்கள். பகல் வேலைகளில் அமாசையை உமா கவனித்துக் கொண்டிருந்தாள். அவன் கிடத்தப்பட்டிருந்த கயிற்றுக் கட்டிலுக்குக் கீழாக ஒரு வாளியை வைத்திருந்தார்கள். அமாசை மிகக் குறைவாகத்தான் சிறுநீர் கழித்தான். ஆரம்பத்தில் அவனைப் பார்த்துச் செல்வதற்காக வந்து சென்ற சேரிவாசிகள் ஓரிருவரும் அடுத்த சில நாட்களிலேயே வருவதை நிறுத்திக் கொண்டார்கள். குடிசை முழுவதுமாக வியாபித்திருந்த கவிச்சை முக்கியமான காரணமாக இருந்தது. உமா சிறுநீர் வாளியை அவ்வப்போது எடுத்து வெளியில் ஊற்றினாள். பகலில் இரண்டு வேளைகளுக்குப் பால் காய்ச்சி ஊட்டிவிட்டாள். அந்த வேலைகள் அவளை சலிப்படையச் செய்திருந்தது. ‘இவனோடு வாழ்ந்து கொண்டு தனக்கு எந்தச் சுகமும் இல்லை’ என்று சொல்லிக் கொண்டிருந்தாள். தனக்கு துர்நாற்றம் ஒவ்வாமையாக இருப்பதாக உமா சுணங்கினாள். அது பவானியை எரிச்சல் அடையச் செய்திருந்தது. ஆனால் அவள் எதையும் காட்டிக் கொள்ளவில்லை.

பவானி தன்னைப் பொருட்படுத்துவதில்லை என்பதும் உமாவை வெறுப்பேற்றியிருந்தது. ‘சம்பாதிக்கும் திமிர்’ என்று தனக்குள் சொல்லிக் கொண்டாள்.

உமா சலிப்பைக் காட்டத் தொடங்கிய பிறகு அமாசையை பவானி கவனித்துக் கொள்ள ஆரம்பித்திருந்தாள். இரண்டு நாட்களுக்கு ஒரு முறை வெந்நீர் வைத்து உடலைத் துடைத்துவிட்டாள். அப்பனின் நிர்வாணம் அவளுக்குச் சங்கடமளித்தது. இதையாவது உமா செய்திருக்கலாம் என்று நினைத்தாள். சில நாட்களில் பழகிப் போனது. நேரம் கிடைக்கும் போதெல்லாம் சிறுநீரும் மலமும் கலந்து நாற்றமடிக்கும்

அவனது கந்தல் துணியைக் கசக்கிப் போட்டாள். எந்தச் சமயத்திலும் அவள் முகத்தைச் சுழித்துக் கொள்ளவில்லை. பெரும்பாலான சமயங்களில் உமா சலனமில்லாமல் அமர்ந்திருந்தாள். அமாசையால் எல்லாவற்றையும் உணர்ந்து கொள்ள முடிந்தது. அவ்வப்போது அவன் கண்ணீர் கசிந்தான். அதைப் பார்க்கும் போது அவளையுமறியாமல் பவானியும் அழத் தொடங்கினாள். இருவரும் கண்ணீர் வழியாக மட்டுமே பேசிக் கொண்டிருந்தார்கள்.

தனது வாழ்நாளில் எந்தவொரு கணத்திலும் அமாசை தன்னைக் கைவிட்டிருக்கவில்லை என்று பவானி நம்பினாள். அந்த நம்பிக்கை தவறானதாகக் கூட இருக்கலாம். ஆனால் அப்படியொரு நம்பிக்கை அந்தக் கணத்தில் தேவையானதாக இருந்தது. வெளிப்படையாகக் காட்டப்படாத அன்பு அவனுடையது. எளிய மனிதன் ஒருவன் தன் மகள் மீதாகக் காட்டிய பிரியத்தின் இன்னொரு வடிவம். வறுமையும் துக்கங்களும் புரட்டிப் போட்ட கசகசப்பில் அவனுக்கும் பவானிக்குமான பிணைப்பு வலிமையானதாக இருந்தது. இந்தக் குரூரமான உலகத்தில் அவனுக்கென்றிருந்த ஒரே பிடிப்பு தான் மட்டும்தான் என்று தோன்றியது.

ஒருவேளை இந்த நகரத்துக்கு வராமல் இருந்திருந்தாலோ அல்லது தங்கள் இருவருக்குமிடையில் உமா குறுக்கிடாமல் இருந்திருந்தாலோ தங்களுடைய வாழ்க்கை வேறு மாதிரி இருந்திருக்கக் கூடும் என்று நினைத்தாள். ‘அப்படி நடக்காமல் இருந்திருக்கலாம்’ ‘இப்படி நடந்திருக்கலாம்’ என்பதெல்லாம் நம்முடைய ஆசைகள் மட்டும்தான். நிகழ்ந்து கொண்டிருப்பவை மட்டும்தான் நிதர்சனம். நிதர்சனத்தின் கூரான வாளுக்குத் தப்பிப்பது என்பது எந்த உயிருக்குமே சாத்தியமில்லை.

அமாசை குறித்தான பழைய நினைவுகள் பவானிக்கு ஊசலாடின. வலசை தேடும் பறவையாக நகரத்தில் இறங்குவதற்கு முன்பாக வாழ்ந்த தனது சொந்த ஊரின் கதைகளையும் அவளுடைய அம்மாவுடனான வாழ்க்கையையும் எப்பொழுதோ வரிவரியாக விவரித்திருந்தான். அப்பொழுது அவனுக்கு வாழ்க்கையின் மீது அதீதமான பிரியமிருந்தது. தனது கனவுகளின் வழியாகப் புதியதொரு உலகத்தைக் கட்டப்போவதாக நம்பியிருந்தான். அவனது விவரிப்பின் வழியாகவே தனது அம்மாவின் உருவத்தை பவானி புரிந்து வைத்திருக்கிறாள். அவனது சிலாகிப்பின்

வழியாகவே அவளுடைய கிராமம் பற்றிய பிம்பத்தை உருவாக்கி வைத்திருந்தாள். அவளுடைய புரிதலின்படி பவானிக்குத் தன்னுடைய அம்மாதான் உலகிலேயே மிகச் சிறந்த அழகி. அவளுடைய கற்பனையின்படி தனது கிராமம்தான் உலகிலேயே வாழ்வதற்கு ஏற்ற சொர்க்கம். அவள் அம்மாவையும் கிராமத்தையும் நேரிலேயே பார்த்ததில்லை. இனியும் பார்க்கப்போவதில்லை என்று தோன்றியது.

பால் டம்ளரை அடுப்பு மீது வைத்துவிட்டு 'சித்தி' என்று மீண்டும் அழைத்துப் பார்த்தாள். பதிலெதுவும் வரவில்லை. ஊதுபத்தி ஒன்றை எரியவிட்டு குடிசைக்கு வெளியே சென்றாள். சிறுவர்கள் ஐஸ்பை விளையாடிக் கொண்டிருந்தார்கள். ஒருவன் கண்களை மூடிக் கொண்டு பத்து வரைக்கும் எண்ணிக் கொண்டிருந்தான். அதற்குள்ளாக மற்றவர்கள் ஓடி ஒளிந்து கொண்டார்கள்.

'வருகிறேன்ன்ன்ன்ன்' என்று சத்தமாகச் சொல்லிவிட்டு அவன் மற்றவர்களைத் தேடத் தொடங்கினான். தானும் உமாவுடன் ஐஸ்பை விளையாடுவதாக பவானிக்குத் தோன்றியது. சேரியில் விசாரித்தாள். யாருக்கும் விவரம் தெரியவில்லை. பவானிக்குச் சந்தேகமாக இருந்தது. திரும்ப ஓடி வந்து குடிசைக்குள் தேடினாள். அவளது ஆடைகள் கலைக்கப்படாமல் கிடந்தன. பவானியின் இரும்புப்பெட்டி இருந்த இடத்திலேயே இருந்தது.

பவானிக்கு அயற்சியாக இருந்தது. உமா இங்கேதான் எங்கேயாவது இருக்க வேண்டும் என்று நினைத்தாள். முந்தின நாள் இரவில் ஏரியில் குதித்துவிடுவதாக அவள் சொல்லிக் கொண்டிருந்தது ஞாபகத்துக்கு வந்தது. அவள் வழக்கமாக அப்படித்தான் மிரட்டுவாள் என்றாலும் அந்தச் சொற்கள் துருத்திக் கொண்டு நின்றன.

உமா ஒரு போதும் அமாசையை விட்டுச் சென்று விடமாட்டாள் என்று நம்பியிருந்தாள். இரவு வேகமாக ஊரைப் போர்த்தத் தொடங்கியிருந்தது. கைக்காசைத் தொலைத்துவிட்டுத் தேடும் முதியவரைப் போல மீண்டும் சேரிகளின் வீதிகளில் ஓடினாள். யாரிடமாவது ஏதாவது சொல்லியிருப்பாள் என்று எதிர்பார்த்தாள். ஏரி சலனமின்றிக் கிடந்தது. உமா பற்றிய எந்தத் தகவலும் இல்லை. ஏதோவொரு பெரிய வெற்றிடம் உருவாகியிருப்பதாகத் தோன்றியது. நொந்து போய் திரும்பி வந்தாள். அமாசையின் கட்டிலுக்குக் கீழாக அமர்ந்து

கொண்டாள். சிறுநீர் வாளி பாதி நிரம்பியிருந்தது.

'உமா எங்கே?' என்று அவனிடம் கேட்டாள். அவன் கண்கள் அசைவின்றி நிலை குத்தியிருந்தன. அவனுக்கு எதுவும் புரியவில்லை என்று நினைத்து சில நிமிடங்கள் அமைதியாக அமர்ந்திருந்தாள். அமைதியை மீறிக் கண்ணீர் பெருக்கெடுத்தது. வீசிய காற்று வாசலில் கிடந்த உதிர்ந்த இலைகளை குடிசைக்குள் நிரப்பிவிட்டுச் சென்றது. அவை புரியாத ஓவியம் போல சிதறிக் கிடந்தன.

14

லிங்கப்பாவுக்கு பயமாக இருந்தது. பால்காரர் அவனைத்தான் வண்டி ஓட்டச் சொல்லியிருந்தார். 'நான் இருக்கேன்.. நீ தைரியமா போ' என்று அவர் சொன்ன போது அவர் தன்னை அபாயத்தில் தள்ளிவிடுவதாகத் தோன்றியது. லேஅவுட்டைத் தாண்டியும் பால்காரர் தனது நீர் விநியோகத்திற்கான எல்லையை விரிவாக்கிக் கொண்டிருப்பது உள்ளூரப் பெருமையாக இருந்தாலும் அவர் போகச் சொல்லும் இடம் அவ்வளவு உசிதமானதில்லை என்று அவனுக்குத் தெரியும். லிங்கப்பாவிடம் ஒரு முரட்டுத்தனமான தைரியம் உண்டு என்றாலும் கூடத் தயக்கமாக இருந்தது. ஹொசா சாலையில் உள்ளூர் கன்னடக்காரர்கள் தயவுதாட்சண்யமேயில்லாமல் கை வைத்துவிடுவார்கள் என்று கேள்விப்பட்டிருந்தான்.

'பிரச்சினை எதுவும் ஆகாதா?' என்று இரண்டு மூன்று முறை கேட்டுவிட்டான்.

பால்காரருக்கு அது பெரிய விஷயமாகவே தோன்றவில்லை. அவரிடம் ஐந்து தண்ணீர் வண்டிகள் சேர்ந்திருந்தன. லேஅவுட்டின் நீர் தேவைக்கு மூன்று வண்டிகள் சரியாக இருந்தன. மீதமிருக்கும் இரண்டு வண்டிகளை வைத்துக் கொண்டு அகலக்கால் வைக்க விரும்பினார்.

'எதுவா இருந்தாலும் வரும்போது பார்த்துக்கலாம்' என்றார்.

அவரிடம் பணப் புழக்கம் அதிகமாகியிருந்தது. அந்த தைரியத்தில் பேசுவதாக லிங்கப்பா நினைத்துக் கொண்டான். அதைப் புரிந்து கொண்டவர் போல லிங்கப்பாவின் தோள் மீது கை வைத்து 'பணம் மட்டும் பிரச்சினையில்லை.. அதை எப்படி வேணும்ன்னா சம்பாதிச்சுக்கலாம்' என்றார். அவர் தனது தோள் மீது எப்பொழுதுமே கை வைத்ததில்லை என்பதை யோசித்த லிங்கப்பாவுக்கு பால்காரரின் வாஞ்சை வியப்பாக இருந்தது.

பால்காரருக்கு பணம் பிரதானமில்லை என்று லிங்கப்பாவிடம் முன்பொருமுறை பவானி சொல்லியிருந்தாள். அவள் சொன்னதை அவன் நம்பவில்லை. இந்த நகரத்தில் பணம் மட்டுமே மனிதனை இயக்கிக் கொண்டிருக்கிறது என்று நினைத்துக் கொண்டிருந்தவன் அவன். இல்லையென்றால் தனது விவசாய நிலத்தை விட்டுவிட்டு வந்து அவர் தண்ணீர் வியாபாரம் செய்து கொண்டிருக்க வேண்டிய அவசியமில்லை என்றான். அப்பொழுது விட்டுவிட்ட பவானி வானம் கறுத்திருந்த இன்னொரு நாளின் மாலை வேளையில் ‘அவருக்கு அதிகாரம் பண்ணனும்…அதுதான் முக்கியம்’ என்றாள். அவள் என்றோ சொன்னது லிங்கப்பாவுக்கு நினைவில் வந்தது. பவானியிடம் நுட்பமான அறிவுக்கூர்மை இருப்பதாக நினைத்துக் கொண்டான்.

அதிகாரத்தை வைத்துக் கொண்டு என்ன செய்வது என்று லிங்கப்பாவுக்குக் குழப்பமாக இருந்தது. அதிகாரத்தின் போதைகளைப் பற்றியும் எதிராளியின் கண்களுக்குள் அது இறக்கும் கூரிய ஊசிகளின் வலிகளைப் பற்றியும் அவன் யோசித்ததேயில்லை. தோள் மீது வைத்திருந்த கையைக் கீழேயே எடுக்காமல் ‘எனக்கு என்ன குழந்தையா குட்டியா?’ என்றார் பால்காரர். அந்தக் கேள்வியின் வழியாக அவருக்குக் குடும்பம் என்று எதுவுமில்லை என்பதை லிங்கப்பா முதன் முறையாக உறுதிப்படுத்திக் கொண்டான். தனக்கு குடும்பம் இல்லாததால் பணம் முக்கியமில்லை என்பதைச் சுட்டிக்காட்ட விரும்பி அந்தக் கேள்வியை பால்காரர் கேட்டிருந்தார். லிங்கப்பா எதுவும் பேசவில்லை.

பெங்களூர் தன்னுடைய ஊர் என்கிற நினைப்பு பால்காரருக்குள் ஆழப் பதிந்திருந்தது. இந்த ஊரில் எந்தவிதமான தொழிலைச் செய்வதற்கும் தனக்கு முழுமையான உரிமை உண்டு என்று நம்பினார். தன்னை யாராவது எதிர்க்கிறார்களா என்று தெரிந்து கொள்வதில் ஒரு சுவாரஸியமிருப்பதாக நினைத்தார். அந்த சுவாரஸியத்தைத் தேடிக் கொண்டிருந்தார். அந்தத் தேடல் அவருக்குள் ஒரு மிருகத்தை அலைய விட்டிருந்தது. அந்த மிருகம் இரைகளைத் துழாவியபடி வேட்டை நடத்திக் கொண்டிருந்தது.

பால்காரருக்குச் சொந்தமான ஆழ்துளைக் கிணறுகளிலிருந்து மட்டுமே ஐந்து வண்டிகளுக்கும் தேவையான நீரை நிரப்புவதில்லை. நகரில் சில பிள்ளைப் பூச்சிகள் இருக்கிறார்கள். எந்தவிதமான பிரச்சினையுமில்லாமல் தங்களுக்கு வருமானம்

வர வேண்டும் என்று விரும்புகிற பிள்ளைப் பூச்சிகள். அவர்களிடம் நீராதாரம் உண்டு என்றாலும் நீர் விநியோகம் செய்யும் பெருமுதலைகளை எதிர்த்து வியாபாரம் செய்வதற்கு பயப்படுகிறவர்கள். அதனால் தங்களது வீடுகளிலிருந்தும் விவசாய நிலத்திலிருந்தும் கிடைக்கக் கூடிய நீரைப் பால்காரர் மாதிரியான விநியோகஸ்தர்களிடம் குறைந்த விலைக்கு விற்றுக் கொண்டிருந்தார்கள். அதில் விநியோகஸ்தர்களுக்கு கிட்டத்தட்ட இரு மடங்கு லாபம் கிடைத்துக் கொண்டிருந்தது. அப்படியொரு நீராதாரத்தை ஒரு வண்டிக்கு ஒதுக்கி அந்த வண்டியை லிங்கப்பா மூலமாக புதிய ஏரியாவுக்குக் கொண்டு செல்வது பால்காரரின் திட்டம்.

லிங்கப்பாவைத் தவிர்த்த பிற வண்டி ஓட்டுநர்கள் மீது பால்காரருக்கு நம்பிக்கையில்லை. அவர்கள் சம்பளத்துக்காக வேலையில் இருப்பவர்கள். லிங்கப்பா அப்படியில்லை விசுவாசத்தைக் காட்டுகிறவன். விசுவாசமும் முரட்டுத்தனமும் ஒரு நல்ல வேலைக்காரனுக்கு அழகு என்று அவர் நம்பினார்.

‘இதை நீ செய்யணும் அதை நான் செய்யணும்ன்னு சொல்லுற உரிமை யாருக்கும் இல்ல... உனக்கு புடிச்சதை நீ செய். அவனுக்கு புடிச்சதை அவன் செய்யட்டும். நான் சொல்லுறது சரியா?’ என்று லிங்கப்பாவிடம் கேட்டார்.

‘நீ வரக்கூடாதுன்னு சொல்லுறதுக்கு அவன் யாரு? மீறிப் போனா என்னதான் செஞ்சுடுவான்? நம்ம உடம்புல ரத்தமும் அவன் உடம்புல ஆஸிட்டும் ஓடுதா?’

‘வகுந்து போட்டா எல்லோருக்கும் சிவப்பு ரத்தம்தான்.. அதே எலும்புதான்.. எதுக்கு பயப்படுற?’

‘பயப்பட்டுட்டே இருந்தா ஏறி மிதிச்சுட்டு போய்ட்டே இருப்பாங்க... இல்லையா?’ அடுத்தடுத்து கேள்விகளைக் கேட்டுக் கொண்டேயிருந்தார்.

பால்காரர் இப்படியெல்லாம் பேசுவார் என்று அவன் எதிர்பார்த்திருக்கவில்லை. இந்தத் திட்டத்தை அவர் வெகுநாட்களாக மனதுக்குள் வைத்திருக்க வேண்டும் என்ற முடிவுக்கு வந்தான்.

‘எதிரி நமக்கு பயந்து இருக்கணும்... அதுல ஒரு சந்தோஷம் இருக்கு தெரியுமா?’ என்று அவர் கேட்டது அவனுக்கு

துல்லியமாகப் புரியவில்லை. ஆனால் புரிந்தது போன்ற பாவனையைக் காட்டினான்.

'அரிவாளைத் திருப்பிப் பிடி... எவன் துரத்துறானோ அவன் பதறியடிச்சுட்டு ஓடட்டும்' எதிரில் நின்று உரையாடிக் கொண்டிருப்பவனின் பலவீனத்தை புரிந்து கொண்டு அதற்கேற்ப பேசுவது பால்காரரின் பலமாக இருந்தது. சொற்களால் ஆன சாட்டையைச் சுழற்றிக் கொண்டிருந்தார். அவர் பேசுவது அவனை இறுகச் செய்தது. உள்ளுக்குள் கிடந்த பயத்தை வெறும் சொற்கள் துடைத்து வீசுவது அவனுக்கே ஆச்சரியமாக இருந்தது.

'சக்தி சக்தின்னு பேசறோமே... அது ஆறு அடி உயரத்தில இல்ல... மனசுல இருக்கிறதுதான் சக்தி... பார்த்துக்கலாம்... சரியா?' என்று பால்காரர் கேட்ட போது லிங்கப்பா ஒரு முடிவுக்கு வந்திருந்தான். உறுதியாக ஆமோதித்துத் தலையை ஆட்டினான். தன்னால் பால்காரரின் எல்லைகளை விரிவு படுத்திவிட முடியும் என்ற நம்பிக்கையிருந்தது. அந்த புதியதொரு சாம்ராஜ்யத்தைக் கட்டியெழுப்பும் தளபதியாகத் தன்னைக் கருதிக் கொண்டான்.

பெருநகரத்தில் நீர் விநியோகத்தின் எல்லைகள் மிக கவனமாக நிர்மாணிக்கப்படுகின்றன. வனத்தில் புலி தனது எல்லையைக் குறித்து வைப்பது போலத்தான். ஒவ்வொரு மரத்திலும் புலி தனது சிறுநீரைக் கழித்துவிட்டுச் செல்லும். மற்ற புலிகளுக்கு அதுவொரு சமிக்ஞை. வாடை வீசும் இடங்களில் ஏற்கனவே ஒரு புலி வசிப்பதைப் புரிந்து கொண்டு மற்ற புலிகள் நுழைவதற்குத் தயங்கும். மீறி சில புலிகள் உள்ளே நுழைந்து சண்டை நிகழ்ந்தால் வல்லவன் வீழ்த்துவான். வென்றவன் புது எல்லையை நிர்மாணிப்பான். அப்படித்தான் இங்கும். எழுதப்படாத எல்லைகள் இவை. ஆனால் வலிமையான எல்லைகள்.

'அடிச்சுடுவானுகளா? உன்கிட்ட கை இல்லையா? வெறித்தனமா ஒரு வீசு வீசிப்பாரு.. நாளைக்கு நீ அந்த வழியில போனாவே பயப்படுவானுக.. ஒரு தடவை அடுத்தவன் பயப்பட்டுட்டா போதும்... உன்னை நீயே நினைச்சாலும் கட்டுப்படுத்திக்க முடியாது.. அடுத்த ஆளு அடுத்த ஆளுன்னு தேடி போய்ட்டே இருப்ப' என்று பால்காரர் அவனை விடாமல் உசுப்பேற்றிக் கொண்டிருந்தார். ஒற்றைக்கு ஒற்றையான சண்டைதான் தண்ணீர் உலகில் அதிகபட்சமான சண்டை என்று அவர் நம்பியிருந்தார்.

மூன்றாம் நதி

லிங்கப்பாவுக்கு என்று யாருமில்லை. பவானிக்குத் தெரிந்தால் 'நீ போக வேண்டாம்' என்று ஒருவேளை அவள் தடுத்திருக்கக் கூடும். அவளுக்குத் தெரிந்திருக்க வாய்ப்பில்லை அப்படியே தெரிந்தாலும் பால்காரருக்கு எதிராக அவள் தன்னுடைய கருத்தைச் சொல்லமாட்டாள் என்றும் லிங்கப்பா நினைத்தான்.

கதுமையான அரிவாள் ஒன்றை எடுத்து டிராக்டரில் செருகிக் கொண்டான். கடும் சண்டை ஒன்றுக்குத் தயாராகிக் கொண்டிருக்கும் வீரனின் மனநிலையில் இருந்தான். அவனுடைய பெரும்பாலான பயங்கள் பால்காரரின் சொற்களால் கழுவப்பட்டிருந்தன. வேறு எதைப் பற்றியும் அவன் யோசிக்கவில்லை. தண்ணீர் நிரம்பிக் கொண்டிருந்தது. தான் செல்லவிருக்கும் சாலையின் குப்பைக் குவியல்களும் திறந்து கிடக்கும் சாக்கடைகளும் மனதுக்குள் தோன்றி மறைந்தன. அந்தச் சாலையில் சில பன்றிகள் மேய்வது உண்டு. அதை நினைத்துத் துப்பினான். கண்களில் ஒரு ஈ ஒட்டியது. விசிறிவிட்டு வண்டியில் அமர்ந்தான். எதிராளிகள் என்னவிதமான கேள்விகளைக் கேட்கக் கூடும் என்று மனதுக்குள் ஓட்டிப் பார்த்தான். எந்தக் கேள்வியைக் கேட்டாலும் அவர்களைக் கடுப்படையைச் செய்யும்படியாக பதில் சொல்ல வேண்டும் என முடிவு செய்து வைத்தான். வண்டி குலுங்கியபடி கிளம்பியது. வண்டியோடு சேர்ந்து லிங்கப்பாவும் குலுங்கினான். வானம் தெளிவாக இருந்தது. உச்சியில் ஏறியிருந்த வெயில் சுட்டெரித்துக் கொண்டிருந்தது.

15

அமாசைக்கு காது கேட்டுவிடக் கூடும் என்று பவானிக்குத் தயக்கமாக இருந்தது. மிக அருகில் சென்று பேசினால் அமாசை புரிந்து கொள்ளக் கூடும். ஆனால் பவானியும் லிங்கப்பாவும் அமாசையின் படுக்கையிலிருந்து சற்று தள்ளியிருந்தார்கள். பத்துக்குப் பத்து குடிசையில் எவ்வளவுதான் தள்ளியிருந்தாலும் அருகில் இருப்பது போலத்தான். லிங்கப்பா எப்பொழுதும் போல பேசிக் கொண்டிருந்தான். சப்தத்தைக் குறைக்கச் சொன்னால் அவன் தவறாக நினைத்துக் கொள்ளக் கூடும் என்று பவானி எதுவும் சொல்லாமல் இருந்தாள். அவனது கேள்விகளுக்கு அவள் கிசுகிசுத்து பதில் சொல்லிக் கொண்டிருந்தாள். அது லிங்கப்பாவை கிறுகிறுக்கச் செய்தது.

அவர்கள் பேசிக் கொண்டிருந்த போது மழைத் தூறல் கூரை மீது விழுந்து கொண்டிருந்தது. லிங்கப்பா அவளது கைகளைப் பற்றிக் கொள்ள வேண்டும் என விரும்பினான். ஆனால் சற்று இடைவெளி விட்டு அமர்ந்திருந்தான். முதன் முறையாக பார்த்ததிலிருந்தே அவள் மீது தனக்கு ஆசை உண்டாகியிருந்தது என்றான். அதைச் சொல்லிவிட வேண்டும் என்று வெகுநாட்கள் தவித்ததாகவும் சொன்னான். பவானி சிரித்துக் கொண்டாள். எப்பொழுதும் சிரிப்பது போன்ற சிரிப்பு. ஆனால் ஒவ்வொரு சிரிப்புக்கும் அவள் ஒரு அர்த்தத்தை வைத்திருந்தாள்.

சில வினாடிகள் மௌனம் நிலவியது. அவன் மீது அவளுக்கு எப்பொழுது ஆர்வம் வந்தது என்று சரியாக நினைவுபடுத்திக் கொள்ள முடியவில்லை. ஆனால் ஆரம்பத்திலிருந்தே லிங்கப்பாவை வெள்ளந்தி என்று கருதினாள். அதனால் சற்று நெருங்கிப் பழகியிருந்தாள். தனது வாழ்வில் நடந்த கிட்டத்தட்ட அத்தனை சம்பவங்களையும் அவனிடம் பகிர்ந்திருந்தாள். எல்லாவற்றையும் சொல்வதற்கு எப்படி நேரம் கிடைத்தது என்று நினைத்துப் பார்த்தால் ஆச்சரியமாக இருந்தது. பேசித் தீர்த்திருந்தாள்.

'மழை நிக்காது போலிருக்கு' என்ற படி சற்று நெருங்கி அமர்ந்தான். ஒழுகும் மழை நீரைப் பிடிப்பதற்காக ஒரு வாளியை வைத்திருந்தாள். அது சப்தம் எழுப்பிக் கொண்டிருந்தது. பவானி லிங்கப்பாவின் சூடு மூச்சை உணர்ந்து கொண்டிருந்தாள். அவ்வளவு அருகாமை அது. குளிர்காற்று அவனது உடல் வெம்மையைக் கூட்டிக் காட்டியது போலிருந்தது.

'நீ ஒரு பையனை லவ் செஞ்சீல்ல...' என்று ஆரம்பித்தான். இந்தச் சமயத்தில் அந்தப் பேச்சு தேவையா என்று பவானிக்குத் தெரியவில்லை.

'ம்ம்' என்றபடியே திரையை மெல்ல விலக்கி அமாசையை பார்த்தாள்.

பழைய புடவை ஒன்றை எடுத்து பவானி திரையாகக் கட்டியிருந்தாள். அது அவர்களது பாயையும் அமாசையின் கட்டிலையும் பிரித்திருந்தது. அமாசையினால் கழுத்தைத் திருப்பிப் பார்க்க முடியாது என்றாலும் திரை அவசியம் என்று நினைத்தாள். அமாசை அசைவில்லாமல் கிடந்தான். குடிசையில் மின் வசதி இருந்தது. சிறு விளக்கு ஒன்றின் வெளிச்சம் பூனையைப் போல பதுங்கியிருந்தது. அவளுடைய முகத்தை பார்த்தபடியே லிங்கப்பா பேசிக் கொண்டிருந்தான். புகைந்து கொண்டிருந்த ஊதுபத்தி அமாசையிடமிருந்து எழும்பும் நாற்றத்தைக் குறைந்திருந்தது. ஓலைத் தடுக்கில் மாட்டப்பட்டிருந்த கடவுளின் படத்தில் மல்லிகைப்பூவின் சரத்தை மாட்டியிருந்தார்கள். அந்த வாசனையும் கிறங்கச் செய்தது.

எதற்காக தனது பழைய காதலனை நினைவுபடுத்துகிறான் என்று பவானியால் புரிந்து கொள்ள முடிந்தது. லிங்கப்பாவால் அதற்கு மேல் எதையும் கேட்க முடியவில்லை. பவானி அவனது முகத்தையே பார்த்துக் கொண்டிருந்தாள்.

'வெறும் லவ்தான்.. வெளியே கூட்டிட்டு போயிருக்கான்..முத்தம் கொடுத்திருக்கான்.. அவ்வளவுதான்' என்றாள். அவ்வளவுதான் என்று அவள் சொன்னது அவனுக்கு வித்தியாசமாகப்பட்டது. தான் கேட்க விரும்பியதை அவள் முகத்தில் அறைந்தது போலச் சொல்வாள் என்று அவன் எதிர்பார்த்திருக்கவில்லை. ஆனால் அவள் சொன்னது அவனுக்குத் திருப்தியாக இருந்தது.

'இல்ல.... அதுக்கில்ல' என்றான். அவளது தோள் மீது கை வைத்து மாராப்பை விலக்கி அந்தப் பேச்சை நிறுத்த

விரும்பினான்.

பவானி 'உன்னைப் பத்தி நான் ஏதாச்சும் கேட்டேனா?' என்றாள்.

அவள் தனது கடந்தகால அந்தரங்கம் பற்றி எதுவுமே கேட்டதில்லை என்பது அப்பொழுதுதான் அவனுக்கு உறைத்தது. இப்பொழுது அவள் எதையாவது கேட்கக் கூடும் என்று தயாரானான்.

'வேணும்ன்னா கேளு... சொல்லுறேன்' என்றான். அவளது புடவை கீழே சரிந்து கிடந்தது. அவன் இன்னமும் நெருங்கி அமர்ந்தான். அவனது கைகள் அவளது இடுப்பைத் தொடுவதற்குத் தயாராக இருந்தன.

'தெரிஞ்சு என்ன ஆகப் போகுது?' என்று கேட்டுச் சிரித்தாள். இவளால் எல்லாவற்றுக்கும் சிரித்துவிட முடிகிறது என்று பதறினான். லிங்கப்பா பனியனோடு அமர்ந்திருந்தான். அவளது தலையைக் கோதிக் கொடுத்தான்.

'எம்மேல சந்தேகப்படாத.... என்கிட்ட மறைக்கிறதுக்கு ஒண்ணுமே இல்ல' என்றாள். அவள் அதையேத் திரும்பச் சொல்வது லிங்கப்பாவுக்கு குழப்பமாக இருந்தது.

'என்னை உனக்கு பிடிக்கும்ல?' என்று கேட்டாள்.

'உன்னை பார்த்த முதல் நாள்ல இருந்தே பிடிக்கும்ன்னு சொன்னேனே' என்றான்.

'முதல் நாள்ல இருந்து பிடிக்கும்ன்னு நீ சொன்னது என் உடம்பை... இல்லையா?' என்றாள். அவள் சொல்வது சரிதான். அவளது தேகத்தைதான் அவனுக்கு முதல் நாளிலிருந்தே பிடித்திருந்தது. இப்பொழுது தன்னைப் பிடிக்குமா என்று கேட்கிறாள். அவளை அவனுக்குப் பிடித்திருந்தது. எதையும் வெளிப்படையாகப் பேசிவிடுகிறாள். பொறுப்பான பெண். அவனை விடவும் அறிவாளி. அழகி. அவளைப் பிடிக்காது என்று சொல்வதற்கு ஒரு காரணம் கூட அவனிடமில்லை. ஆனால் இந்தக் கேள்வியை அவள் திருமணத்திற்கு முன்பாகவே ஏன் கேட்கவில்லை என்று யோசித்துக் கொண்டிருந்தான்.

பால்காரர் இரண்டு நாட்களுக்கு முன்பாக திடீரென்று 'பவானியைக் கல்யாணம் செஞ்சுக்க' என்றார். டிராக்டர் மீது அமர்ந்திருந்தவனை கீழே இறங்கச் சொல்லி அவர் இதைச்

மூன்றாம் நதி

சொன்ன போது அவனால் உடனடியாக ஜீரணித்துக் கொள்ள முடியவில்லை. எதற்காகச் சொல்கிறார் என்றும் புரியவில்லை.

'அவளுக்கும் யாருமில்ல... உனக்கும் யாருமில்ல... கல்யாணம் செஞ்சுக்குங்க. நல்லா இருக்கும்' என்றார். அவளுக்குச் சம்மதமா என்று கூட அவன் கேட்கவில்லை. சிரித்துக் கொண்டே தலையை ஆட்டினான்.

அவனிடம் பேசுவதற்கு முன்பாகவே பவானியிடம் பால்காரர் வேறொரு தொனியில் பேசியிருந்தார். 'லிங்கப்பாவை உனக்குக் கல்யாணம் செஞ்சு வைக்கட்டுமா?' என்று அனுமதியாகக் கேட்டார். திருமணம் அவளுக்குத் தேவையானதாக இருந்தது. ஆனால் அது பற்றிய எந்த நினைப்புமில்லாமல் இருந்தாள். சற்று பயமாகவும் இருந்தது.

'எனக்கு யோசிக்க நேரம் வேணும்' என்றாள். சரி என்றார். ஒரு மணி நேரத்துக்குப் பிறகு சம்மதம் சொன்னாள். ஒரு மணி நேரத்தில் அவள் என்ன யோசித்திருப்பாள் என்று பால்காரரால் புரிந்து கொள்ள முடியவில்லை. அடுத்த இரண்டு நாட்களும் பவானியும் லிங்கப்பாவும் பேசிக் கொள்ளவேயில்லை. எதிரெதிரில் பார்க்கும் போது வெட்கப்பட்டு சிரித்துக் கொண்டார்கள். இதுவரை அவர்களுக்கிடையில் நிலவி வந்த சகஜத்தன்மை காணாமல் போயிருந்தது.

பால்காரர் இருவரையும் அழைத்துச் சென்று புதுத்துணி எடுத்து, தாலிக்கு நகை செய்து மாவலி டிபன் ரூமில் மதிய உணவு வாங்கிக் கொடுத்தார். இருவருமே மிகுந்த சந்தோஷத்துடன் இருந்தார்கள். தெரியாமல் நிகழும் உடல் தீண்டல்கள் கூட நெருப்பூட்டுபவையாக இருந்தன. திருமணத்திற்குப் பிறகு லிங்கப்பா பவானியின் குடிசையிலேயே தங்கிக் கொள்ளப் போவதாகச் சொல்லியிருந்தான். பவானியும் அதைத்தான் எதிர்பார்த்திருந்தாள். அவள் அமாசையை விட்டுவிட்டு வேறிடத்துக்குச் செல்ல விரும்பவில்லை. அன்றைய இரவில் அமாசையின் அருகில் அமர்ந்து அவனது தலையைக் கோதிக் கொடுத்தாள். அவனது கண்கள் நிலைகுத்திக் கிடந்தன. காதருகே சென்று தனக்குத் திருமணம் ஆகப் போகிறது என்றாள். அவனது கண்களை உற்றுப்பார்த்தாள். அவை அப்பொழுதும் அசைவற்றுக் கிடந்தன.

அல்சூர் சோமேஸ்வரர் ஆலயத்தில் திருமணம் நடந்தது.

வா. மணிகண்டன்

பால்காரர்தான் முன்னிலை. மூவரைத் தவிர வேறு யாருமில்லை. பவானிக்கு எல்லாமும் கனவில் நடப்பது போல இருந்தது. இவ்வளவு சீக்கிரமாகத் தனக்குத் திருமணம் ஆகிவிடும் என்று அவள் எதிர்பார்த்திருக்கவில்லை. மழை நசநசத்துக் கொண்டிருந்தது. தாலி கட்டி முடிந்தவுடன் ஆட்டோவில் ஏறி அமர்ந்தார்கள். மழைநீர் ஆட்டோ கண்ணாடி வழியாக வழிந்து கொண்டிருந்தது. ஆட்டோவின் இருபக்கமும் தடுப்பை இறக்கி சாரலைத் தடுத்துக் கொண்டிருந்தார்கள். மழை ஈரமும் லிங்கப்பாவின் உஷ்ணமும் அவளை ஏதோ செய்து கொண்டிருந்தன. பால்காரர் இருவரையும் பவானியின் குடிசையில் இறக்கிவிட்டுச் சென்றிருந்தார்.

'உன்னைப் பிடிக்கும்' என்றான் லிங்கப்பா. அவனது பார்வை அவளது உடல் மீதிருந்தது. சரிந்து கிடந்த புடவையை எடுத்துப் போர்த்திக் கொண்டு 'என்னைப் பார்த்து சொல்லு' என்றாள். அவள் குறும்பாகச் சிரிப்பது போலிருந்தது.

அவளது கண்களைப் பார்த்து 'ரொம்பப் பிடிக்கும்' என்றான். அவளுக்குச் சிரிப்பு வந்துவிட்டது. அந்தச் சிரிப்பு அவனுக்குத் தைரியமூட்டக் கூடியதாக இருந்தது.

'உன்னையும் பிடிக்கும் உடம்பையும் பிடிக்கும்' என்றவன் மீண்டும் புடவையை விலக்கினான். அவனது பார்வை அலைமோதியது. பவானியால் வேறு எதையும் பேச முடியவில்லை. பதற்றத்துடன் இருந்தாள். பனியனைக் கழட்டிவிட்டு 'என்னைப் பிடிக்குமா?' என்று பதிலுக்குக் கேட்டான். அவனுக்கு அவளால் பதில் சொல்ல முடியவில்லை. தான் கட்டுப்பாட்டை இழந்து கொண்டிருப்பதாக உணர்ந்தாள். இழுத்து தனது நெஞ்சு மீது சாய்த்துக் கொண்டான். அவனது உடல் வெதுவெதுப்பாக இருந்தது. அவனது கைகள் அவளது முதுகைத் தடவிக் கொடுத்தன. பவானியின் உடல் நடுங்குவதை உணர்ந்தான். புலியிடம் அகப்பட்டுக் கொண்ட முயல் ஒன்றின் நடுக்கம் அது. அந்த நடுக்கம் அவனை வேட்டைக்குத் தயாராக்கியது. மழை பெருக்கெடுத்திருந்தது. வாளி நிரம்ப நிரம்பக் குடிசைக்குள் சப்தம் குறையத் தொடங்கியது.

16

ரத்தம் சொட்டிக் கொண்டிருந்தது. வீங்கியிருந்த உதட்டோடு லிங்கப்பாவால் எதுவும் பேச முடியவில்லை. பால்காரர் வீட்டுக்கு வண்டியைக் கொண்டு வந்து நிறுத்தியவன் பதற்றத்தில் மூச்சு வாங்கினான். அவனது இடது காது மடல் பிய்ந்திருந்தது. பவானி பேச்சற்றுப் போனாள். அந்தச் சமயத்தில் பால்காரரும் வீட்டில் இல்லை. லிங்கப்பாவைத் திண்ணை மீது படுக்க வைத்தாள். என்ன செய்வதென்று அவளுக்குப் புரியவில்லை. வெள்ளைத் துணியொன்றை எடுத்து ரத்தத்தைத் துடைத்தாள். வழிந்து கொண்டேயிருந்தது. தலையோடு சேர்த்து காதைக் கட்டினாள்.

'எதுக்கு இப்படி அடிச்சாங்க? பாவிங்க' என்றாள். அவன் எதுவும் சொல்லவில்லை. பேசுகிற தெம்பு இல்லை. வீடு வந்து சேர்ந்ததே கூட பெரிய காரியமாகத் தெரிந்தது. வலியோடு கிடந்தான். ஓடிச் சென்று மற்ற ஓட்டுநர்களை அழைத்தாள். மூன்று பேர்கள் சேர்ந்து ட்ராக்டரில் ஏற்றினார்கள். ட்ராக்டர் முழுவதும் ரத்தச் சகதியாகிக் கிடந்தது. பவானி வீட்டைப் பூட்டிவிட்டு அவர்களோடு சேர்ந்து கொண்டாள்.

நாள் தள்ளிப் போக ஆரம்பித்ததிலிருந்தே அவளுக்கு பயமும் ஒட்டிக் கொண்டது. அபாயங்கள் குறித்து எந்த பயமுமில்லாமல் அவன் இருப்பதாக வருத்தப்பட்டாள். ஆனால் லிங்கப்பா மிகுந்த உற்சாகமாக இருந்தான். ஒரு கரித்துண்டை எடுத்து ஒன்பது கோடுகளைச் சுவரில் வரைந்து வைத்திருந்தான். மாதம் ஒரு கோடாக அவற்றை அழித்துக் கொண்டு வரப் போவதாகச் சொல்லியிருந்தான். மூன்று கோடுகள் அழிக்கப்பட்டிருந்தன. ஒவ்வொரு முறையும் அவன் புதிய ஏரியாக்களுக்கு தண்ணீர் கொண்டு சென்றதைச் சொன்ன போதும் பவானி நடுங்கினாள். ஆனால் அவன் தனது பிரதாபங்களைக் குழந்தைகளுக்குரிய ஒளிரும் கண்களுடன் அடுக்கினான்.

'உன்னை நம்பி ரெண்டு பேர் இருக்கோம்' என்று பவானி சொல்லிக் கொண்டிருந்தாள். அவன் அதைப் பெரிதாகக் காதில் வாங்கிக் கொள்ளவில்லை. தனக்குப் பையன் பிறக்கப்

போவதாகச் சொல்லியிருந்தான். திருமணத்திற்கு முன்பே நிபந்தனை விதித்திருக்க வேண்டும் என்று வருந்தினாள்.

லிங்கப்பாவை படுக்கையில் கிடத்தியிருந்தார்கள். மருத்துவமனை வீச்சம் பவானியைத் தூங்கவிடாமல் செய்திருந்தது. அவ்வப்போது குமட்டிக் கொண்டும் வந்தது. செவிலியப் பெண்ணிடமிருந்து எலுமிச்சம் பழம் ஒன்றை வாங்கி அடிக்கடி முகர்ந்து கொண்டாள். அப்படியிருந்தும் மூன்று முறை வாந்தியெடுத்திருந்தாள். லிங்கப்பாவை தனியறையில் தங்க வைத்து சிகிச்சையளிப்பதற்கு பால்காரர் ஏற்பாடு செய்திருந்தார்.

லிங்கப்பாவுக்கு மயக்கம் தெளிந்திருக்கவில்லை. காது மடலில் தையல் போட்டிருந்தார்கள். பின்னங்கழுத்தில் ஒரு காயமிருந்தது. இடது கைப் பெருவிரல் முறிந்திருந்தது. அந்த அறையில் கிடந்த பெஞ்ச்சில் ஒருக்களித்துப் படுத்திருந்த பவானி கடவுளிடம் மானசீகமாக வேண்டிய படியே தூங்குவதும் விழிப்பதுமாக இருந்தாள் கோழி தூங்குவது போலவும் விழிப்பது போலவும். திடீரென்று அவளுக்கு அமாசையின் நினைவு வந்தது. அமாசைக்கு காலையில் அரை டம்ளர் பால் ஊற்றியிருந்தாள். இரவில் ஊற்றிவிடச் சொல்லி பக்கத்துக் குடிசையில் இருக்கும் ரேவதியிடம் ஃபோனில் அழைத்துச் சொல்லியிருந்தாள். இருந்தாலும் பத்து மணிவாக்கில் அவளிடம் பேசி அமாசை குறித்துத் தெரிந்து கொள்ள வேண்டும் என நினைத்திருந்தாள். ஆனால் மறந்துவிட்டாள். ரேவதி குடிசையை வெளியில் பூட்டிவிட்டு அவளது குடிசைக்குச் சென்றிருப்பாள். அமாசை அநாதையைப் போல கிடப்பான் என்று நினைத்த போது அழுகை வந்துவிட்டது. விடிந்தவுடன் ஓடிச் சென்று பார்த்துவிட வேண்டும் என்று ஆறுதல் படுத்திக் கொண்டாள்.

மணி ஒன்றைத் தாண்டியிருந்தது. வெகுநாட்களுக்குப் பிறகாகத் தனிமை அவளைச் சூழ்ந்திருந்தது. ஏதேதோ நினைவுகள் அவளை அலைகழித்துக் கொண்டிருந்தன. அவை எதுவுமே தெளிவான நினைவாக இல்லை. கண்ணாடிச் சிதறல்களைப் போல தெறித்துக் கொண்டிருந்தன. லிங்கப்பாவின் அருகில் சென்று அமர்ந்து கொண்டாள். அந்நேரத்தில் மருத்துவமனை சலனமின்றி இருந்தது. லிங்கப்பாவை அழைத்துக் கொண்டு வேறு ஊருக்குச் சென்றுவிட வேண்டும் என்று நினைத்தாள். ஆனால் அது அவ்வளவு எளிதானதில்லை என்று உணர்ந்திருந்தாள். நகரம் எப்பொழுதும் பெரிய பொறியை வைத்திருக்கிறது.

வந்து சிக்கிக் கொள்ளும் மனிதர்களை அவ்வளவு சீக்கிரம் விட்டுவிடுவதில்லை. தனது எல்லாவிதமான நசுக்குதல்களுக்கும் அவர்களைப் பழக்கப்படுத்தி தனது அத்தனை அழுத்தங்களையும் அவர்கள் தாங்கிக் கொள்ள வேண்டும் என்று எதிர்பார்க்கிறது. தானும் அப்படிச் சிக்கிக் கொண்டவள்தான் என்று நினைத்த பவானி லிங்கப்பாவின் முகத்தைப் பார்த்தாள்.

தனது பிறப்பு பற்றியெல்லாம் தனக்கு எதுவுமே தெரியாது என்று லிங்கப்பா ஒரு முறை சொல்லியிருந்தான். ‘எவன் கூட எவ படுத்தாளோ.. என்னைப் பெத்து வீசிட்டு போய்ட்டா’ என்றான். அதற்கு மேல் அது குறித்து அவள் கேட்கவில்லை. பால்யம் குறித்தான எந்த ஞாபகமும் அவனுக்கு இல்லை. பேருந்து நிலையத்தில் திருடியிருக்கிறான் அதுவும் கூட எந்த ஊரில் திருடினான் என்று ஞாபகத்தில் இல்லை. பெங்களூர் மகாத்மா காந்தி சாலையில் கஞ்சா விற்றிருக்கிறான். அரவாணிகளுடன் சேர்ந்து பிச்சை எடுத்திருக்கிறான். சிறுவர் சீர்திருத்தப் பள்ளியில் சித்ரவதையை அனுபவித்திருக்கிறான். அத்தனையும் கலைந்த சித்திரங்களாக மட்டுமே தனக்குள் இருப்பதாகச் சொல்லியிருந்தான்.

‘என் வாழ்நாள் பூராவும் அடியும் உதையுமாத்தான் கழிஞ் சிருக்கு.... அதைத் தவிர வேறு ஒண்ணுமே ஞாபகத்துல இல்லை... சந்தோஷம்னு சொன்னா உன் கூட இருந்த இந்தக் கொஞ்ச நாள்தான்’ என்று அவன் சொன்னதை நினைவுபடுத்திக் கொண்டாள். வீங்கியிருந்த அவன் முகத்தைப் பார்ப்பதற்கு பரிதாபமாக இருந்தது. தூங்கிக் கொண்டிருக்கும் போது எல்லா மனிதனின் முகத்திலும் குழந்தைமை தெரிகிறது என்று நினைத்தவள் தனது வயிறைத் தொட்டுப் பார்த்துக் கொண்டாள்.

விடிந்தும் விடியாமலும் பால்காரர் வந்து சேர்ந்தார். பவானியின் முகம் வீங்கியிருந்தது.

‘தூங்குனியா?’ என்றார்.

அவள் மெலிதாக ‘ம்’ என்றாள். அவள் பொய் சொல்கிறாள் என்று பால்காரர் புரிந்து கொண்டார்.

லிங்கப்பாவின் அருகில் சென்று முகத்தைப் பார்த்துவிட்டு ‘இவனுக்கு ஒண்ணும் ஆகாது’ என்றார். அவள் எதுவும் பேசவில்லை. அவர் பெஞ்ச் மீது அமர்ந்து கொண்டார். அவள் லிங்கப்பா படுத்திருந்த கட்டிலோடு ஒட்டி நின்று கொண்டாள்.

அவள் அவருடன் எதையோ பேசுவதற்கான முடிவில் இருப்பதாகத் தெரிந்தது.

'சும்மா மிரட்டறதுக்கு அடிச்சிருக்கானுக.... பேடிப்பசங்க' என்று அவள் பேச்சை ஆரம்பித்து விடாமல் தடுப்பதற்கு முயற்சித்தார். தன் மீது அவள் குற்றம் சுமத்தி விடக் கூடாது என்ற பதற்றத்தில் ஜன்னலுக்கு வெளியே பார்வையை அலையவிட்டார். பனிமூட்டம் வெள்ளையாக இருந்தது. மடிவாலாவிலிருந்து எலெக்ட்ரானிக்ஸ் சிட்டி வரை அமைக்கப்பட்டிருந்த மேம்பாலத்தின் பணி கிட்டத்தட்ட முடிவடைந்திருந்தது. ஒரு நீண்ட குச்சியைப் படுக்க வைத்திருப்பது போல அமைதியாகக் கிடந்த பாலத்தையே வெறித்துக் கொண்டிருந்தார்.

'நாங்க இந்த ஊரை விட்டு போய்டட்டுமா?' என்றாள் பவானி. எதிர்பாராத கணத்தில் அந்தக் கேள்வியைக் கேட்டாள்.

குரலைக் கணைத்துக் கொண்டு 'என்ன?' என்றார்.

'இந்த ஊர் வேண்டாம்... நான் லிங்கப்பாவை கூட்டிட்டு வேற எங்கேயாச்சும் போய்டுறேன்' என்றாள். பால்காரர் சில வினாடிகள் அமைதியாக இருந்தார்.

'எங்க போகப் போற?'

'தெரியல...ஆனா இந்த ஊர் பயமா இருக்கு' என்றாள்.

'வேற ஊருக்குப் போனா பயமிருக்காதா?'

'இல்ல.. வேற தொழில் செஞ்சு பொழைச்சுக்கலாம்' பவானி தனது முடிவில் உறுதியாக இருந்தாள்.

'அப்போ இங்கேயே வேற தொழில் செய்யலாமே'

அதன்பிறகு இருவரும் பேசிக் கொள்ளவில்லை. கணவன் அடி வாங்கிய அதிர்ச்சியில் இதையெல்லாம் அவள் பேசுவதாக நினைத்துக் கொண்டார். இடத்தை மாற்றினால் பயம் நீங்கிவிடும் என்பது ஒருவிதமான கற்பனை மட்டும்தான். மனதின் ஒரு மூலையில் பயம் நாற்காலியிட்டு அமர்ந்து கொண்ட பிறகு எந்த ஊருக்குச் சென்றாலும் ஒன்றுதான். பேருந்தில் சென்றால் கூட விபத்தில் சிக்காமல் திரும்பி வருவானா என்று மனம் யோசிக்கத் தொடங்கிவிடும்.

'நீ தைரியமான பொண்ணுன்னு நினைச்சேன்' என்று சொல்ல விரும்பினார். ஆனால் அப்பொழுது பவானியிடம் மேற்கொண்டு

மூன்றாம் நதி

பேசுவதில் அர்த்தமில்லை என்று பால்காரருக்குத் தோன்றியது. அவளுடைய இடத்தில் இருந்தால் யாராக இருந்தாலும் இந்த முடிவைத்தான் எடுப்பார்கள் என்று பால்காரர் நினைத்துக் கொண்டார்.

லிங்கப்பாவின் வாழ்க்கை முழுவதும் அடியும் உதையுமாகவே கழிந்தது என்றால் பவானியின் வாழ்க்கை முழுவதும் வசவாகவும் கடுஞ்சொற்களுமாகவே கழிந்திருந்தது என்பது பால்காரருக்கும் தெரியும். அவளுடைய சந்தோஷமான நாட்கள் என்றால் லிங்கப்பாவுடன் இருந்த சில நாட்கள்தான். சுதந்திரமாக மகிழ்ந்திருந்த நாட்கள் அவை. அதற்கும் பங்கம் வந்துவிட்டது. அவளின் சந்தோஷ தினங்களுக்கு ரத்தத்தால் திருஷ்டி வைத்து அனுப்பி வைத்திருக்கிறார்கள்.

பால்காரரால் பவானியின் மனநிலையைப் புரிந்து கொள்ள முடிந்தது. அவளைக் குடிசைக்குச் சென்று வரச் சொன்னார். அவள் வரும் வரைக்கும் லிங்கப்பாவை தான் கவனித்துக் கொள்வதாகச் சொன்னார். பவானி அவசர அவசரமாக வெளியேறினாள். அவளுக்கு தான் சொல்ல விரும்பியவற்றைத் துணிந்து சொல்லிவிட்டதாகத் தோன்றியது. லிங்கப்பாவை அடித்தவர்கள் இதோடு விட்டுவிட்டார்கள் என்பது ஆசுவாசமாகவும் இருந்தது. அமாசையை பார்ப்பதற்காக வேகமாக நடந்தாள். நகரின் குளிர் அவளை இன்னமும் மெலிதாக மாற்றியிருந்தது.

17

பால்காரர் காவல்நிலையத்திற்குள் சகஜமாக இருந்தார். இன்ஸ்பெக்டர் வருவதற்கு அரை மணி நேரம் ஆகும் என்று சொல்லியிருந்தார்கள். அங்கிருந்த போலீஸ்காரர்கள் அவருக்கு நன்கு பழக்கமானவர்கள். எலெக்ட்ரானிக் சிட்டி காவல் நிலையத்தின் எல்லைக்குள்தான் லேஅவுட் அமைந்திருந்தது.

தங்களது வீட்டு சமையல் சிலிண்டரை யாரோ திருடிச் சென்றுவிட்டதாக ஒருவர் புகார் எழுதிக் கொண்டிருந்தார். புகாரை வாங்கிய போலீஸ்காரர் ‘சிவராஜ்... இல்லி நோடி..’ என்று இன்னொரு போலீஸ்காரரை அழைத்து ‘மூன்றாவது புகார்’ என்றார்.

‘இப்போத்தான் உங்க ஏரியாவிலிருந்து இரண்டு பேர் வந்துட்டு போனாங்க... அஞ்சு சிலிண்டர் காணோம்ன்னு’ என்ற போது புகார் எழுதியவர் விக்கித்துப் போனார்.

‘கிடைச்சுடுமா சார்?’ என்றார்.

போலீஸ்காரர் எதுவுமே யோசிக்கவில்லை. ‘பெங்களூர்ல இந்தத் திருட்டு ரொம்ப அதிகம் சார்... பெரிய ப்ளாக் மார்கெட் இருக்கு.... இரண்டு வாரத்துக்கு முன்னாடிதான் டெபுடி கமிஷனர் குவார்ட்டர்ஸ்லேயே புகுந்து தூக்கிட்டுப் போய் இருக்கானுக.. அதையே தேடிட்டுத்தான் இருக்காங்களாம்’ என்றார். முதல் தகவல் அறிக்கையை அனுப்பி வைப்பதாகவும் அதை வாங்கிச் சென்று முகவரிடம் கொடுத்தால் புது சிலிண்டர் தருவார்கள் என்றார். அவர் எந்தச் சலனத்தையும் காட்டிக் கொள்ளாமல் வெளியேறினார்.

அவர் சென்றதும் பால்காரரைப் பார்த்த காக்கிச் சட்டைக்காரர் சேரிவாசிகள்தான் செருப்பிலிருந்து சிலிண்டர் வரைக்கும் எல்லாவற்றையும் தூக்கிக் கொண்டு போய்விடுவதாகச் சொன்னார். அதைக் கேட்டவுடன் லிங்கப்பாவுக்கு சுருக்கென்றிருந்தது. பவானி அலட்டிக் கொள்ளவில்லை. சாலையில் விரையும் வாகனங்களைப் பார்த்துக் கொண்டிருந்தாள்.

மிக விரைவில் இந்த ஊருடனான பந்தத்தைத் தான் துண்டித்துக் கொள்ளப் போவதை நினைவுபடுத்திக் கொண்டாள். அது அவளுக்குச் சற்று ஆறுதலாக இருந்தது.

'தூக்காம என்ன பண்ணுவாங்க? இந்த ஊர்ல ஏதாச்சும் விலை குறைவா இருக்கா? ஐடிக்காரங்க ஊருன்னு சொல்லுறாங்க... அவங்களுக்கு நல்ல சம்பளம் வருது. அதனால செலவு பண்ணுறாங்க...சேரி ஆளுங்க என்னய்யா பண்ணுவாங்க?' என்று பால்காரர் திருப்பிக் கேட்டார். விட்டால் இவரே திருடச் சொல்வார் போலிருந்தது.

போலீஸ்காரர் தான் பார்த்துக் கொண்டிருந்த வேலையில் கவனத்தைச் செலுத்தினார். பால்காரருக்கும் அதற்கு மேல் பேச வேண்டும் என்று தோன்றவில்லை. முப்பது ஆண்டுகளில் நகரம் தலைகீழாகப் புரட்டிப் போடப்பட்டிருக்கிறது. காசு வைத்திருக்கிறவனுக்கான நகரமாக இது மாறிப் போய்விட்டது. வசதியில்லாதவர்களின் வாழ்க்கையைப் பற்றி யாருமே கண்டு கொள்வதில்லை. அவர்கள் திணறிக் கொண்டிருக்கிறார்கள்.

பால்காரர் காவல் நிலையத்திற்கு வெளியில் நோட்டமிட்டார். துருவேறிய வாகனங்கள் காவல் நிலையத்தைச் சுற்றிலும் நிறுத்தி வைக்கப்பட்டிருந்தன. லிங்கப்பாவும் பவானியும் காவல் நிலையத்தின் நுழைவாயிலில் அமர்ந்திருந்தார்கள். அவனது முக வீக்கம் சற்று குறைந்திருந்தது. புகார் அளிப்பதில் அவளுக்கு எந்த விருப்பமும் இல்லை. பெங்களூரை விட்டுச் செல்லப் போகும் தங்களுக்கு இது தேவையற்ற வேலை என்று நினைத்தாள். பால்காரர்தான் அழைத்து வந்திருந்தார்.

கர்ப்பிணி குடி மாறுவது பிறக்கப் போகிற குழந்தைக்கு உகந்ததில்லை என்று அவர் சொன்ன போது பவானி அரை மனதுடன் ஏற்றுக் கொண்டாள். குழந்தை பிறந்து வேறு ஊருக்குச் செல்வதற்கு எப்படியும் ஏழெட்டு மாதங்களாவது ஆகிவிடக் கூடும். அதுவரையிலான காலத்துக்குக் காவல்துறையில் சொல்லி வைத்திருப்பது பாதுகாப்பானது என்று அழைத்து வந்திருந்தார்.

பவானிக்கு காவல் நிலையம் பயமூட்டும்படியாக இருந்தது. இதற்கு முன்பு ஒரு முறை காவல் நிலையத்திற்கு வந்திருந்தாள். அப்பொழுது ரேவதியைக் கைது செய்து வைத்திருந்தார்கள். அவள் வேலை செய்து கொண்டிருந்த பெங்காலி ஒருவரது வீட்டில் ரேவதி திருடிவிட்டதாகப் புகார் அளித்திருந்தார்கள். புகாரை

அளித்து காவல் நிலையத்தில் பணமும் கொடுத்திருந்தார்கள். ரேவதியை இழுத்து வந்து நொறுக்கியிருந்தார்கள். மழையில் உதிர்ந்த காகத்தின் இறகு போலக் கிடந்தாள். சேரி ஆட்கள் வந்து கெஞ்சிய பிறகு வழக்கு எதுவும் பதிவு செய்யாமல் அனுப்பி வைத்தார்கள். கைத்தாங்கலாக அழைத்து வந்த போது வழியெங்கும் தான் திருடவேயில்லை என்று திரும்பத் திரும்பச் சொல்லிக் கொண்டிருந்தாள்.

காவல் நிலையம் அப்படியேதான் இருந்தது. குழந்தை பிறந்தவுடன் ஓரிரு மாதங்களில் லிங்கப்பாவை அழைத்துக் கொண்டு திருப்பூருக்குச் சென்றுவிடலாம் என்று பவானி முடிவு செய்து வைத்திருந்தாள். ரேவதி பரிந்துரை செய்த ஊர் அது. இப்பொழுது ரேவதி வீட்டு வேலைக்குச் செல்வதில்லை. கூட்லு கேட்டில் பனியன் நிறுவனமொன்றில் பீஸ் மடிக்கச் செல்கிறாள். அவளுக்கு பனியன் தொழில் குறித்துக் கொஞ்சம் தெரிந்திருந்தது. திருப்பூர் பக்கத்தில் சுல்சர் தறி குடோன்களில் வேலையும் கொடுத்துத் தங்குவதற்கு இடமும் தருவார்கள் என்று சொல்லியிருந்தாள். லிங்கப்பாவுக்கு ஷிப்ட் வேலை கிடைக்கும் என்றும் தறி ஓடாமல் நின்றுவிடும் சமயங்களில் நூலை பழையபடிக்கு இணைத்துவிடுவதுதான் அவனுடைய வேலையாக இருக்கும் என்றும் சொல்லியிருந்தாள். குடோன் முழுக்கவும் குளிர்பதன வசதி செய்திருப்பார்கள் என்பது பவானிக்கு பிடித்திருந்தது.

ஊரை விட்டுக் கிளம்புவதற்கு முன்பாக பால்காரரிடம் கொஞ்சம் பணம் வாங்கிக் கொள்ள வேண்டும் என்று யோசனை செய்து வைத்திருந்தாள். இதுவரை சம்பளத்தைத் தவிர அவர் ஏன் எந்த நிதியுதவியும் செய்ததில்லை என்று யோசித்தாள். பதில் கிடைக்கவில்லை. அதன் பிறகு அவள் அது பற்றி யோசிக்கவில்லை. திருப்பூரில் பெங்களூர் அளவுக்கு செலவு இருக்காது என்பதால் ஓரளவுக்கு சம்பளம் கிடைத்தாலும் கூட சந்தோஷமாக இருக்க முடியும் என்ற நினைப்பு அவளுக்கு ஆறுதலாக இருந்தது. இதுவரை வாழ்ந்திராத ஓர் அமைதியான வாழ்க்கையை வாழ வேண்டும் என்றும் தனது குழந்தை நகரத்தின் பரபரப்புகளிலிருந்து விடுபட்டு பால்யத்தை அனுபவிக்க வேண்டும் என்றும் நினைத்துக் கொண்டிருந்தாள்.

இன்ஸ்பெக்டர் வந்தவுடன் பால்காரர் பிரச்சினைகளை விவரித்தார். ஹொசா சாலையில் லிங்கப்பாவை

அடித்துவிட்டதாகச் சொன்னார். இன்ஸ்பெக்டருக்கு விஷயம் ஏற்கனவே தெரிந்திருந்தது. ஆனாலும் அப்பொழுதுதான் கேள்விப்படுவதான பாவனையில் முகத்தை வைத்துக் கொண்டு 'நீங்க ஏன் அந்த ஏரியாவுக்கு போறீங்க?' என்றார். அது பால்காரரை ஆத்திரமடையச் செய்தது.

'அந்த ஏரியாவே அவங்களோடதுன்னு பட்டா போட்டு கொடுத்திருக்கீங்களா?' என்றார்.

இன்ஸ்பெக்டர் அவரை முறைத்துவிட்டு எடக்கு மடக்காகப் பேசுவதாக இருந்தால் தன்னால் தலையிட முடியாது என்றார். அவர் அப்படி ஒதுங்கிக் கொள்வது பவானிக்கு வருத்தமாக இருந்தது. ஆனால் அவர் கேட்பதிலும் நியாயம் இருப்பதாகப்பட்டது. அவரவர் எல்லைக்குள் இருந்து கொண்டால் யாருக்கும் பிரச்சினையில்லை. பால்காரரின் வீம்பும் வெட்டி வைராக்கியமும் தனது கணவனுக்குத்தான் ஆபத்தாக முடியும் என்று பயந்தாள்.

'இனிமேல் இவன் இந்தப் பக்கமே வரக் கூடாது... துரத்திவிடுங்கடா' என்று சொல்லியபடி அடித்தவனைத் தன்னால் அடையாளம் காட்ட முடியும் என்றான் லிங்கப்பா. அவன் அது குறித்து பால்காரரிடமும் பவானியிடமும் அதுவரையில் எதுவும் சொல்லியிருக்கவில்லை. அடையாளம் கேட்டுவிடுவார்களோ என்று பவானி பதறினாள். அது வேறொரு பிரச்சினையில் கொண்டு போய் நிறுத்தக் கூடும். இந்தப் பிரச்சினைகள் எல்லாவற்றிலும் இருந்து தப்பித்துச் சென்றுவிட வேண்டும் என்பதுதான் பவானியின் எண்ணமாக இருந்தது. இன்ஸ்பெக்டர் பெரிதாக ஆர்வம் காட்டவில்லை. அடித்தவனின் அடையாளம் குறித்து அவர் துருவாதது பவானிக்கு நிம்மதியாக இருந்தது.

பால்காரரின் வண்டி அடுத்தவர்களின் ஏரியாவுக்குள் செல்லக் கூடாது என்பதை வலியுறுத்தும்படியாகவே இன்ஸ்பெக்டர் பேசிக் கொண்டிருந்தார். பால்காரர் அதற்கு ஒத்துக் கொள்ள வேண்டும் என்று பவானி ஆசைப்பட்டாள். லிங்கப்பா முகத்தில் எந்த உணர்ச்சியையும் காட்டாமல் நின்று கொண்டிருந்தான்.

பால்காரர் மோதிக் கொண்டிருக்கும் ஹொசா சாலை தண்ணீர் வியாபாரி மிகக் குரூரமானவன் என்பதை இன்ஸ்பெக்டர் புரிய வைக்க முயற்சித்தார். பால்காரர் நினைத்துக் கொண்டிருப்பது போல இது நேரடியான அடிதடிச் சண்டையோடு முடியாது

என்பதை உணர்த்த விரும்பினார். எதிராளிகளை வேரோடு பிடுங்கியெறிவதற்காக எவ்வளவு வேண்டுமானாலும் கீழிறங்குவான் என்று இன்ஸ்பெக்டர் சொன்ன போது பால்காரர் சிரித்துக் கொண்டிருந்தார். குறும்பான சிரிப்பு.

'உங்ககிட்ட பாதுகாப்பு கேட்டுட்டு வரல' என்றவர் பேசுவதை நிறுத்திவிட்டு பவானியை காவல் நிலையத்தின் வெளியே நிற்கச் சொன்னார். அவளுக்கு வெளியில் செல்ல விருப்பமேயில்லை. அவர்கள் என்ன பேசுகிறார்கள் என்பதைத் தெரிந்து கொள்ள விரும்பினாள். தனது கணவனை ஆபத்திலிருந்து காத்துவிட விரும்பும் எளிய பெண்ணின் விருப்பம் அது. தன்னைப் போலவோ அல்லது தனது கணவனைப் போலவோ இல்லாது தனது குழந்தை அம்மா அப்பாவுடன் வளர வேண்டும் என்று தான் ஆசைப்படுவது தவறா என்று நினைத்த போது அழுகை பொங்கியது. பற்களைக் கடித்துக் கொண்டாள். லிங்கப்பாவும் அவளை வெளியில் போகச் சொன்னான். அவனைப் பரிதாபமாகப் பார்த்தாள். அவனும் வெளியில் வர வேண்டும் என்று உள்ளூர விரும்பினாள். மூவரும் அவளையே பார்த்துக் கொண்டிருந்தார்கள். பவானி வெளியேறினாள்.

பவானியின் கண்களில் நீர் துளிர்த்திருந்தது. யாருக்கும் தெரியாமல் துடைத்துக் கொண்டாள். இந்த ஊரை விட்டுத் தப்பித்துச் செல்லும் வரை தனது கணவனுக்கு எதுவும் ஆகிவிடக் கூடாது என்று பிரார்த்தனை செய்யத் தொடங்கினாள். அது அடி ஆழத்திலிருந்து வரும் பிரார்த்தனையாக இருந்தது. தனக்கு விருப்பமான கடவுள்களின் கண்களைக் கற்பனையில் கொண்டு வந்து நிறுத்தி வேண்டிக் கொண்டாள். தனது குரல் கடவுளுக்குக் கேட்கும் என்று நம்பினாள். தனக்காகவும் தன் குழந்தைக்காகவும் லிங்கப்பா தன்னுடைய பேச்சைக் கேட்க வேண்டும் என்று அவள் வேண்டிக் கொண்ட போது துளிர்த்திருந்த கண்ணீர் உருண்டோடியது. அதை அவள் துடைக்கவேயில்லை.

18

அமாசை இறந்த மூன்றாவது நாள் அவர்கள் இருவரும் வந்திருந்தார்கள். கணவனும் மனைவியும் போலத் தெரியவில்லை. சேரியின் ஒவ்வொரு குடிசையாக நுழைந்து வெளியேறியவர்கள் பவானியிடம் அச்சிட்ட காகிதம் ஒன்றைத் தந்து மந்திரம் போல எதையோ சொல்லி ஜபித்தார்கள். பவானி சிரத்தையில்லாமல் நின்று கொண்டிருந்தாள். வழக்கமாக இத்தகைய மனிதர்களிடம் அவள் பேச்சுக் கொடுத்ததில்லை. ஆனால் அவளுக்கு அந்தத் தருணத்தில் யாரிடமாவது பேச வேண்டும் போலிருந்தது. அவர்களிடம் மறுப்பு எதுவும் காட்டவில்லை. ஜெபம் அவளுடைய துன்பங்களைப் போக்கும் என்றார்கள். அந்தப் பெண் மண்டியிட்டு நின்றாள். அவன் சிலுவை ஒன்றை பவானியிடம் தந்தான். கழுத்துச் சங்கிலியில் கோர்த்துக் கொண்டாள். அல்லேலூயா சொல்வதற்கு பவானி தயங்கவில்லை. சில நிமிடங்கள் பவானியிடம் பேசிக் கொண்டிருந்தவர்கள் லேஅவுட்டின் நான்காவது தெருவில் ஒவ்வொரு ஞாயிற்றுக்கிழமையும் பிரார்த்தனை நடப்பதாகச் சொல்லிவிட்டுச் சென்றார்கள். வீடு ஒன்றை வாடகைக்குப் பிடித்திருக்கிறார்களாம். ஒரு முறையேனும் கலந்து கொள்ள வேண்டும் என்று அழைத்தபோது பவானி தலையை ஆட்டினாள். சம்மதமா சம்மதமில்லையா என்பதை புரிந்து கொள்ள முடியாத தலை ஆட்டல் அது.

அமாசை இறந்து போனதன் கசந்த ஞாபகங்களை விடவும் லிங்கப்பாவின் வண்டி ஹொசா சாலைக்குச் செல்வதுதான் அவளது அமைதியைக் குலைத்திருந்தது. அவனுக்காக ஒரு முறை சிலுவையிட்டுக் கொண்டாள். அது ஏனோ அவளது மனபாரத்தை அதிகரித்தது. லிங்கப்பாவை நினைக்கும் போதெல்லாம் இப்படித்தான் ஆகிறது. பால்காரரும் லிங்கப்பாவும் விளையாட்டுக் குழந்தையைப் போல அடம் பிடித்துக் கொண்டிருப்பதாக நினைத்தாள். அவர்கள் செய்து கொண்டிருப்பது சாதாரணக் காரியமில்லை. நகரத்தில் மனிதர்கள் வேட்டையாடும் மிருகங்களைப் போல அலைகிறார்கள். சக

மனிதனைக் கடித்துக் குதறிக் கொல்லும் அபாயங்கள் நிறைந்த வேட்டைக்காடு இது. அதிகாரமும் பணமும் மனிதர்களை சிலிர்த்துத் திரிய வைக்கின்றன. அப்படித் திரிகிற தினவெடுத்த விலங்கொன்றின் அதிகாரத்தையும் பணத்தையும்தான் பால்காரர் சீண்டுகிறார். அதற்கு லிங்கப்பா துணையாக நிற்கிறான்.

ஹொசா சாலையில் தண்ணீர் விநியோகம் செய்து கொண்டிருப்பவன் நேற்றுப் பெய்த மழையில் முளைத்த காளான் இல்லை. அவன் சிரித்துக் கொண்டே கத்தியை வெளியே எடுப்பவனாக இருந்தான். அதிகார வர்க்கத்தின் அத்தனை இடுக்குகளிலும் வேர் விட்டிருந்தான். எங்கே சிரிக்க வேண்டுமோ அங்கே சிரித்து எங்கே அறுக்க வேண்டுமோ அங்கே அறுக்கிறவனாக இருந்தான். அதிகாரத்தின் கொடும் விஷத்தை யாருக்கு வேண்டுமானாலும் அவனால் ஊற்ற முடிந்தது. அவனது விஷம் தடவிய சிரிப்பையும் உள்ளே புதைந்து கிடக்கும் வன்மத்தையும் லிங்கப்பாவும் பால்காரரும் உணர்ந்து கொண்டதாகவே தெரியவில்லை. எம்.எல்.ஏவுக்கும் கவுன்சிலருக்கும் மாதாமாதம் கப்பத்தைக் கட்டிவிட்டால் போதும் என்று இருண்ட உலகத்தின் தட்டையான மேற்பக்கத்தை மட்டும் பார்த்துக் கொண்டிருக்கிறார்கள். தண்ணீர் விநியோகம் என்பது அவ்வளவு எளிமையானதாக இல்லை என்பதை அவர்கள் புரிந்து கொள்ளவே போவதில்லை போலிருந்தது.

மாநகராட்சியின் குழாய்கள் உடைப்பெடுப்பதும் உடைந்த குழாய்கள் சரி செய்யப்படுவதற்கு காலதாமதம் ஆவதும் இயல்பானவை என்கிற புரிதலில்தான் பால்காரரும் லிங்கப்பாவும் இருந்தார்கள். ஆனால் ஹொசா சாலைக்காரனுக்கு யாரிடம் புன்னகைத்தால் குழாய்கள் உடைப்பெடுக்கும் என்பதும் யாரை மிரட்டினால் கால தாமதம் நீட்டிக்கப்படும் என்பதும் தெரிந்திருந்தது. அவனது தங்க முலாம் பூசிய தெத்துப் பல்லுக்குப் பின்னால் நாகம் ஒன்றின் கொடுக்குகள் நெண்டிக் கொண்டிருந்தன. பரப்பன அக்ரஹாரா மத்திய சிறைச்சாலைக்குள் அவனுக்காக வேலை செய்தவர்கள் தண்டனையை அனுபவித்தபடி இருந்தார்கள். காவல்துறையின் தொலைபேசிகள் அவனுக்காக அவ்வப்போது வேலை செய்தன. அவனிடம் மிகப்பெரிய வலையமைவு இருந்தது. அந்த வலையமைவில் பணம் மட்டுமே அத்தனை காரியத்தையும் செய்துவிடுகிறது என்று நம்புவதை விடவும் அபத்தம் வேறெதுவுமில்லை. மிரட்டல், திமிர், தெனாவெட்டு, காமம், அதட்டல் என சகலத்தையும்

மூன்றாம் நதி

கொலையையும் கூட அவனுக்குப் பயன்படுத்தத் தெரிந்திருந்தது. இப்படி கார்போரேஷனிலிருந்து காவல்துறை வரைக்கும் தனது செல்வாக்கைக் கொடி நாட்டியிருந்தவனிடம் பால்காரர் தட்டையாக மோதிக் கொண்டிருந்தார்.

ஹொசா சாலைக்குள் லிங்கப்பாவின் வண்டியைப் பார்த்ததாக யாராவது சொல்லும் போதெல்லாம் பவானிக்கு வயிற்றை என்னவோ பிசைந்தது. அவனிடம் சண்டையிட்டாள். ‘இந்த ஊரே வேண்டாம்’ என்று கெஞ்சினாள். அந்தச் சொற்கள் அவளது நெஞ்சுக்குள் திரும்பத் திரும்ப எதிரொலித்துக் கொண்டிருந்தன. அவளுக்கு நகரத்தின் மீது கசப்பு ஏறிக் கொண்டேயிருந்தது.

தண்ணீர் என்பது இருபக்கமும் வெட்டக் கூடிய ஆயுதமாக மாறியிருந்தது. அதன் கூர்மையை யாராலும் அனுமானிக்க முடிவதில்லை. இல்லாத போதுதான் ஒன்றின் அருமை தெரியும் என்பது தண்ணீருக்கு மிகச் சரியாகப் பொருந்துகிறது. நகரம் தண்ணீருக்காகத் தவித்துக் கொண்டிருக்கிறது. அதன் தாகத்துக்குப் பல்லாயிரக்கணக்கான லிட்டர் தண்ணீரும் அதனோடு மனிதர்களின் ரத்தமும் தேவைப்படுகிறது. தண்ணீருக்காக நகரம் கருணையற்ற குருடனாக மாறிவிட்டது. அது யாருக்காகவும் எந்த பச்சாதாபத்தையும் காட்டுவதில்லை. அது தண்ணீரைக் கத்தியாக மாற்றி வீசும் முரட்டுத்தனமான வீச்சில் கழுத்துக்கள் துண்டாகிக் கொண்டேயிருக்கின்றன. ரத்தக்கறை படிந்த தண்ணீர்வாசிகளின் கரங்கள் எப்பொழுதும் பிசுபிசுத்துக் கொண்டேயிருக்கின்றன.

ஹொசா சாலைக்காரனது செல்வாக்கின் கதுமையைப் புரிந்து கொள்ளாமல் பால்காரர் துள்ளிக் கொண்டிருப்பதாக பவானி புலம்பினாள். எப்பொழுது வேண்டுமானாலும் அந்தக் கதுமை சீவித் தள்ளிவிடக் கூடும். பால்காரரைக் கேட்க யாருமில்லை. குடும்பமும் இல்லை மனைவியும் இல்லை. தனிக்கட்டை. அவர் துள்ளினால் துள்ளிவிட்டுப் போகட்டும். தண்ணீர் தெளித்துவிடலாம். இவனையாவது விட்டுவிடலாம் அல்லவா? எதற்கெடுத்தாலும் இவனைத்தான் அழைத்துக் கொள்கிறார். லிங்கப்பாவுக்கும் எந்த யோசனையும் இல்லை. எல்லாவற்றிலும் முரட்டுத்தனம். பால்காரர் என்ன சொன்னாலும் தலையாட்டிவிடுகிறான். பவானி அவனுக்குப் புரிய வைப்பதற்காக பேசிப் பேசி சலித்துப் போய்விட்டாள்.

‘எவன் வருவான்? வெட்டிருவேன்’ என்று சொல்வது மட்டும்தான் அவனுக்குத் தெரிகிறது. மடத்தனமாகப் பேசிக்

கொண்டிருக்கிறான். நஞ்சு பாய்ந்த நகரத்தில் ஒருவனைச் சாகடிப்பது என்பது எச்சிலைத் துப்புவது போல. ஜாதிமல்லிப் பூவின் கழுத்தை நகங்களால் கிள்ளி துண்டிப்பது மாதிரி சிறு சலனம் கூட இல்லாமல் செய்துவிடுவார்கள். பவானிக்கு இதையெல்லாம் யோசிப்பதற்கே தயக்கமாக இருந்தது. ஆனால் யோசிக்காமல் தவிர்க்கவும் முடியவில்லை. மனம் இவற்றையெல்லாம் போட்டுக் குதப்புகிறது. தலையை ஒரு முறை வேகமாகச் சிலுப்பிக் கொண்டு எழுந்தாள். குடிசையின் ஒரு மூலையில் மல்லாக்க விழுந்திருந்த ஒரு கரப்பான் பூச்சி வெகு நேரமாகக் கால்களை அசைத்துக் கொண்டேயிருந்தது.

19

பவானியின் உள்ளங்கை சிலுவையை இறுகப் பிடித்திருந்தது. அமரர் ஊர்தியின் ஓட்டுநர் போக்குவரத்து நெரிசலில் திணறிக் கொண்டிருந்தார். ஜன்னல் வழியாகச் சாலையை ஒரு கணம் பார்த்தாள். பெங்களூரின் இயல்பான மாலை நேரத்து நெரிசல் அது. மனிதர்கள் வீடு திரும்பிக் கொண்டிருந்தார்கள். யாரோ ஒருவன் ஹெல்மெட் கண்ணாடி வழியாக பவானியைப் பார்த்தான். அவள் தனது பார்வையை இடம் மாற்றிக் கொண்டாள். இனி எந்தக் காலத்திலும் வீடு திரும்பாத ஒருவனுடன் தான் பயணித்துக் கொண்டிருப்பதாகத் தோன்றிய போது பவானிக்குக் கண்கள் இருண்டு போயின. அவள் சிறுகச் சிறுகக் கட்டியிருந்த எதிர்காலக் கனவுகள் கரிக்கட்டையாகிக் கிடக்கின்றன. மூடியிருந்த வெள்ளைத் துணியை மீறி லிங்கப்பாவின் கருகிய கை வெளியில் நீண்டிருந்தது. அவன் குடித்துவிட்டு வந்த கடைசி வெள்ளிக்கிழமை அந்தக் கைகளால் அணைத்தான். அவனிடமிருந்து தப்பி அழுது கொண்டிருந்த குழந்தையைக் கைகளில் ஏந்திக் கொண்டாள். ஒரு வசவை உதிர்த்துவிட்டு அவன் மூலையில் அமர்ந்து கொண்டான். அன்பு மிகும் போதெல்லாம் வசவை உதிர்ப்பான். குடிக்கும் போதெல்லாம் அன்பு மிகும்.

அவனுக்குத் தனது அன்பை வெளிப்படுத்தத் தெரிந்ததேயில்லை. மெல்லிய பிரியம் ஒன்று எப்பொழுதும் அவனிடம் இழையோடிக் கொண்டிருந்தது. அதனை பவானியால் உணர்ந்து கொள்ள முடிந்தது. அவனது முரட்டுத்தனத்துக்கும், அபத்தத்துக்கும், அன்புக்கும், காமத்துக்கும் அவள் புன்னகையை மட்டுமே பதிலாகக் கொடுத்தாள். அதைப் புரிந்து கொள்ள முடியாமல் அவன் திண்டாடினான். அவன் திண்டாடுவதை அவள் ரசித்தாள். அது அவனைக் கோபமடையச் செய்யும். அதையும் ரசித்து அவனது கோபத்தை வலுவிழக்கச் செய்வாள். ஒவ்வொரு முறையும் அவன்தான் தோற்றுச் சரணடைந்தான். அந்தச் சரணடைதல் இருவருக்குமிடையேயான பிணைப்பை இறுகச் செய்து கொண்டேயிருந்தது.

எல்லாவற்றையும் சிதறடித்துவிட்டு வெள்ளைத் துணிக்குள் கிடக்கிறான். காலையில் அவன் துடைத்துவிட்டு வீசியிருந்த துண்டின் ஈரம் கூட காயாமல் கிடக்கக் கூடும். சுருட்டி வைத்த பாயில் அவனுடைய கதகதப்பின் மிச்சம் இருக்கக் கூடும். அவன் தலைவாரிய சீப்பில் இன்னமும் கருகாத முடிகள் சிக்கியிருக்கக் கூடும். எல்லாவற்றையும் தன்னால் சேகரிக்க முடிந்தாலும் லிங்கப்பாவை திரும்பப் பெற முடியாது என நினைத்த போது வாய்விட்டு அழ வேண்டும் போலிருந்தது. அமரர் ஊர்தியின் பின்பக்கத்தில் அவளைத் தவிர யாருமில்லை. வலது புறங்கையை எடுத்து வாயில் வைத்துக் கொண்டாள். அது துக்கத்தை மேலும் செறிவாக்குவதாக இருந்தது. இவ்வளவு மக்கள் வாழும் இந்தப் பெருநகரில் தனது துக்கத்தைப் பங்கிட்டுக் கொள்ள யாருமில்லாத தனிமை அவளை வாட்டியது. தான் முப்பதாண்டு காலம் வாழ்ந்த இந்த ஊர் தனக்கு எதைக் கொடுத்திருக்கிறது என்று நினைத்தாள். எதுவுமே மிச்சமில்லை.

பணம் மட்டுமே இங்கு மனிதர்களை ஓடச் செய்கிறது. அதைத் தவிர வேறு எதைப் பற்றியும் மனிதர்கள் யோசிப்பதில்லை. சக மனிதனின் முகத்தைக் கூட பார்க்காத ஓட்டம்.

இனி தனது குழந்தைக்கு அப்பா இல்லை. அது விரைவில் தனது தந்தை குறித்துக் கேட்கக் கூடும். பதில் சொல்லவே விரும்பாத கேள்விகளும் பதில்களும் தனக்கும் மகளுக்குமிடையே ஊசலாடக் கூடும் என்று உடைந்து போனாள்.

லிங்கப்பாவின் அருகாமையும் ஆதரவும் இனி கிடைக்கவே போவதில்லை என்பதுதான் அவளை மொத்தமாக நிலைகுலையச் செய்தது. அவனது முரட்டுத்தனமும் அன்பும் ஞாபகத்துக்கு வந்து அவளை நெக்குருகச் செய்தன.

இருள் கவிந்திருந்தது. சோடியம் விளக்கின் வெளிச்சம் ஜன்னல் வழியாக வண்டிக்குள் வந்து வந்து போனது. லிங்கப்பாவை விக்டோரியா மருத்துவமனைக்கு எடுத்துச் செல்கிறார்கள். பிரேதப் பரிசோதனை முடித்து அவளிடம் ஒப்படைப்பதாகச் சொல்லியிருக்கிறார்கள். லிங்கப்பாவை ஊர்தியில் ஏற்றிய போது அமரர் ஊர்தியில் யாரையும் அனுமதிப்பதில்லை என்று காவலர் கண்களை உருட்டினார். பவானியின் நிலைமை அவரை இளகச் செய்திருக்க வேண்டும். ஏற்றிக் கொண்டார்கள்.

அவனுக்கும் அவளுக்குமான கடைசி அந்தரங்கத் தருணம் அது.

மெல்ல முகத்திரையை விலக்கிப் பார்த்தாள். முகம் விகாரமாக மாறியிருந்தது. உடல் முழுக்கவும் தீ வெடிப்புகள் இருந்தன. அவை மஞ்சளும் சிவப்பும் கறுப்புமாக அடையாளத்தைக் குலைத்திருந்தன. தனது முகத்தை கைகளில் ஏந்தி அருகே இழுத்து ஆக்ரோஷமாக முத்தமிடும் முகமாக அது இல்லை. வாகனம் முழுக்கவும் பரவியிருந்த கருகல் வாடை துணியை விலக்கிய போது சற்று அதிகரித்ததாகத் தோன்றியது. அவனது காதருகில் முகத்தைக் கொண்டு சென்று அன்பின் மிகுதியில் தான் அழைப்பதைப் போன்று 'லிங்கா' என்றாள். அவன் துளி அசைந்துவிடக் கூடும் என்ற நம்பிக்கையை நெஞ்சு நிறைய நிரப்பியிருந்தாள். அவன் காது கேட்காதவனைப் போலக் கிடந்தான்.

சிலுவையை மனதில் நிறுத்திக் கண்கள் கசிய இன்னொரு முறை அழைத்தாள். மெதுவாக 'இனி வரமாட்டியா?' என்றாள். அவளது கேள்வியில் அவ்வளவு பரிதவிப்பு இருந்தது. அந்தரங்கமாகக் கெஞ்சினாள். ஒரு முறை தன்னைப் பார்க்கச் சொன்னாள். அவள் மனம் பிறழ்ந்திருந்தது. நினைவா கனவா என்கிற புரிதல் இல்லாமல் பிதற்றினாள். தனது கடைசி நம்பிக்கையும் சிதைந்து போனவளின் பிதற்றலாக அது இருந்தது. அவளது எந்தக் கதறலுக்கும் அசைவற்றுக் கிடந்தது கரிக்கட்டை. கடைசி வரைக்கும் கூடவே இருப்பதாக அவன் சொன்ன பொய் வாக்குறுதி நெஞ்சுக்குள் இடறியது. எப்பொழுதும் கைவிடப்போவதில்லை என்று கரம் பற்றிக் கொஞ்சிய கணங்கள் கலக்கமுறச் செய்தன. கண்ணீர் பெருக அவனது கன்னத்தில் உதடுகளைப் பதித்தாள். சிட்டுக்குருவியைக் கருக்கி பால்யத்தில் உண்ட நினைவு தட்டியது.

'அய்யோ' என்றாள்.

ஊர்தியின் ஓட்டுநர் அனிச்சையாகத் திரும்பிப் பார்த்துவிட்டு தனது கவனத்தை மீண்டும் சாலைக்குத் திருப்பினான். அவன் ஒரு முறை பார்த்துவிட்டுத் திரும்பிக் கொண்டது அவளை முழுமையாக உடைத்தது. அவளது கொஞ்ச நஞ்ச உறுதியும் உதிருந்து போனது. நெஞ்சை ஓங்கி அறைந்து கொண்டாள்.

'இனி நான் என்ன பண்ணுவேன்?' என்று அவள் கத்திய போது குரல் கம்மியது. தாகத்தில் தொண்டை உடைந்து திணறியது. லிங்கப்பாவுக்கு தனது கதறலில் ஏதாவது ஒன்று கேட்டுவிடும் என்ற நம்பிக்கை முற்றாகத் தளர்ந்திருந்தது. நெற்றியில்

உள்ளங்கையை வைத்து அடித்துக் கொண்டாள். தனது கடைசிப் பிடி தளர்ந்து கொண்டிருப்பதாகவும் பூமி உருண்டையின் விளிம்பில் தனியாகத் தொங்கிக் கொண்டிருப்பதாகத் தோன்றியது. கதவைத் திறந்து எட்டிக் குதித்து ஏதேனும் ஒரு வாகனச் சக்கரத்தில் கூழாகிவிட விரும்பினாள். அது தனது மொத்த துக்கத்தையும் கரைத்துவிடுவதற்கான உபாயமாக இருக்கும் என நினைத்தாள். குழந்தையின் முகம் நினைவில் வந்து போனது. அவனது உடல் மீது சரிந்திருந்தவள் தனது மொத்த பலத்தையும் திரட்டி 'என்னை ஏன் விட்டுட்டு போன?' என்று கத்தினாள். அந்தக் கத்தலில் வாகனம் குலுங்கி அடங்கியது.

நகரம் எப்போதும் போல வெகு இயல்பாக இயங்கிக் கொண்டிருந்தது.

20

பால்காரரை லேஅவுட்டின் மூன்றாவது தெருவில் வைத்துதான் வெட்டினார்கள். அவர் வழக்கமாக நடந்து செல்லும் தெரு அது. மண் சாலையாகக் கிடந்ததிலிருந்து இப்பொழுது ஓய்வில்லாமல் வாகனங்கள் ஓடிக் கொண்டிருப்பது வரை அதன் வளர்ச்சியை அருகிலிருந்து கவனித்திருக்கிறார். தனக்கு பழக்கமான சாலை என்கிற சாவகாசத்துடன் நடந்து சென்றவரை நான்கு பேர்கள் இரண்டு பைக்குகளில் வந்து மறித்தார்கள். ஒருவனது கையில் துண்டுச்சீட்டு இருந்தது. புன்னகைத்துவிட்டு முகவரி கேட்பது போலக் கேட்டான். பால்காரர் துண்டுச்சீட்டை கையில் வாங்கி வாசிக்கத் தொடங்கினார். பைக்குகளின் பின்னால் அமர்ந்திருந்த இரண்டு பேர்களும் ஒரே சமயத்தில் அரிவாளை முதுகிலிருந்து உருவியபடியே இறங்கினார்கள். ஒற்றை வினாடிதான். பால்காரர் சுதாரித்துக் கொண்டார். ஓடத் தொடங்கினார். ஓடும் போது மொத்த உடலும் அதிர்வதை உணர்ந்தார். சில நிமிடங்கள் தப்பித்துவிட்டால் யாராவது வந்து தடுத்துவிடுவார்கள் என்ற நம்பிக்கை அவருக்கு இருந்தது.

'காப்பாடி.. காப்பாடி' என்று கத்தினார்.

வீடுகளின் ஜன்னல்கள் அடைக்கப்பட்டன. ஏதேதோ அபயக்குரல்களை எழுப்பினார். பதற்றத்தில் அவரது வாய் குழறியது. அவரது அலறலில் தெருநாய்கள் குரைத்துக் கொண்டு ஓடி ஒளிந்தன. அதுவரை கேட்டிராத ஓலத்தைக் கேட்டுத் தெருவில் விளையாடிக் கொண்டிருந்த சிறுவர்களும் குழந்தைகளும் ஸ்தம்பித்து நின்றார்கள். முதல் வெட்டு பின்னந்தலையில் விழுந்தது. உடனடியாக வலி தெரியவில்லை. மீண்டும் வெட்டு விழுந்துவிடாதபடிக்கு வலது கையைத் தலை மீது வைத்துக் கொண்டு ஓடினார். இன்னொருவன் வேகமெடுத்து இரண்டடி முன்னே வந்து மீண்டும் தலை மீதே வெட்டினான். தடுப்பதற்காக தலை மீது வைத்திருந்த வலது கையிலிருந்து இரண்டு விரல்கள் துண்டித்து விழுந்தன. ரத்தத்தில் கைகள் பிசுபிசுத்தன. வெட்டு ஆழமாக விழுந்துவிட்டதை உணர்ந்தார். கால்கள் பலமிழந்தன.

வலிமையான வேட்டை நாய்களால் துரத்தப்படும் போது உடலும் மனமும் ஒன்றைவிட ஒன்று வேகமாகச் சோர்விழந்து போய்விடுகின்றன. கண்கள் இருண்டு கொண்டு வந்தன. இன்னமும் சில அடிகளாவது எட்டி வைத்துவிட முடியும் என்று பற்களைக் கடித்தார். ஆனால் கால்கள் ஒத்துழைக்கவில்லை. ஒன்றை ஒன்று பின்னிக் கொண்டன. மொத்த வலுவவையும் இழந்து லே-அவுட்டில் மளிகைக் கடை நடத்தும் மலையாளியின் வீட்டு முன்பாக விழுந்தார். ஓடி வந்த நான்கு பேரும் முரட்டுத்தனமாக அரிவாளால் கொத்தினார்கள். வெட்டுக்கள் தாறுமாறாக விழுந்தன. கும்பிட்டுவிடலாம் என்பதற்காக இரண்டு கைகளையும் குவிக்க முயன்றார். தெம்பில்லை. தலை சாய்ந்தது. கடைசி வெட்டும் தலை மீதே விழுந்தது.

கச்சிதமாக முடித்திருந்தார்கள். சொற்பமான பணத்துக்கு கொலை செய்து கொடுக்கும் ஆட்கள் பெங்களூரில் கிடைத்துவிடுகிறார்கள். கொலை என்பது வேலை இல்லை. அடுத்தடுத்த வளர்ச்சிக்கான முதல்படி. தன்னுடைய பெயரை ஒரு கொலை வழக்கில் இணைத்துக் கொள்வது என்பது ஓர் அடையாளம். தலை முடியை நிறைய வளர்த்து கழுத்துச் சங்கிலியை வெளியில் எடுத்துத் திரிந்தால் பெரிய மனிதர்கள் அழைத்து அருகில் வைத்துக் கொள்வார்கள். சாதித்துவிட்ட பாவனையில் நான்கு பேரும் பைக்குகளை நோக்கித் திரும்பினார்கள். தெரு வெறிச்சோடியிருந்தது. ஜன்னல் வழியாக எட்டிப்பார்க்கக் கூட யாரும் துணியவில்லை. மாலை வெயிலில் ரத்தத் துளிகள் மினுமினுத்தன. பால்காரரின் செருப்புகளும் துண்டு விரல்களும் சிதறிக்கிடந்தன. கீழே விழுந்து கிடந்த பைக்குகளை எந்த அவசரமுமில்லாமல் தூக்கி நிறுத்தினார்கள். ஒரு பைக்கின் பக்கவாட்டில் கட்டியிருந்த ப்ளாஸ்டிக் கேனிலிருந்து பெட்ரோல் சிந்திக் கொண்டிருந்தது. மூடியை இறுக்க மூடிவிட்டு ரத்தக் கறை படிந்த அரிவாளை முதுகில் செருகினார்கள்.

'ங்கொம்மா... நூறு அடி கூட ஓட முடியல... இன்னா ஆட்டம் போட்டான்' என்றான் ஒருவன். சிரித்துக் கொண்டு வண்டியைக் கிளப்பினார்கள்.

கோடை அதன் உச்சத்தைத் தொடத் தொடங்கியிருக்கும் ஒரு வாரமாக பிரச்சினை பெரிதாகியிருந்தது. பெங்களூர்வாசிகள் தண்ணீருக்கு ஆளாய் பறந்தார்கள். தண்ணீர் வண்டிகள் எவ்வளவு இருந்தாலும் தேவைகள் இருந்து கொண்டேயிருந்தன.

மூன்றாம் நதி

பால்காரர்தான் லிங்கப்பாவை ஹொசா சாலைக்குத் தண்ணீர் கொண்டு போகச் சொல்லியிருந்தார். அவர் எள் என்பதற்கு முன்பாக லிங்கப்பா எண்ணெயாக இருந்தான். பால்காரரும் லிங்கப்பாவும் காவல்துறையில் புகார் அளித்து வைத்திருந்தது ஒரு வகையில் வசதியாக இருந்தது. ஹொசா சாலையில் ஏற்கனவே தண்ணீர் விநியோகம் செய்து வந்தவர்கள் நேரடியாக மோதவில்லை. ஒரே நாளில் இரண்டாவது முறையும் லிங்கப்பாவின் வண்டி அதே சாலையில் நுழைந்தது. இன்ஸ்பெக்டர் அலைபேசியில் பால்காரரை அழைத்தார். பிரச்சினை செய்ய வேண்டாம் என்று அவர் சொன்ன போது பால்காரர் மறுத்தார். வெட்டிச் சாய்க்கிற அளவுக்கு அவர்கள் இறங்குவார்கள் என்று நினைத்திருக்கவில்லை. இதை வெறும் பலப்பரீட்ச்சையாக நினைத்துக் கொண்டிருந்தார். அதே தினத்தில் மூன்றாவது முறையும் லிங்கப்பா அதே சாலையில் நுழைந்தான். ஒரு வீட்டில் தண்ணீரைக் கொடுத்துவிட்டு திரும்பிச் செல்லும் போது எதிர்ப்பட்டவன் 'நீங்க செத்தீங்கடா' என்றான். இருளில் அவனை அடையாளம் தெரியவில்லை. ட்ராக்டரில் இருந்து இறங்காமல் நடுவிரலைக் காட்டிவிட்டு வந்திருந்தான்.

அடுத்த ஒரு வாரத்திற்கு லிங்கப்பாவின் தண்ணீர் விநியோகத்தில் யாருமே குறுக்கிடவில்லை. இன்ஸ்பெக்டரும் தலையிட்டுக் கொள்ளவில்லை. இனி அவர்களால் எந்தப் பிரச்சினையும் இருக்காது என்று பால்காரர் நம்பத் தொடங்கியிருந்தார். லிங்கப்பாவுக்கு பணம் சேர்த்துக் கொடுத்தார். ஓய்வில்லாமல் ட்ராக்டர் ஓட்டுவதும் கடும்வெயிலும் லிங்கப்பாவை சோர்வடையச் செய்தன. குடிப்பது அவனுக்கு வாடிக்கையாகியிருந்தது. லே அவுட்டில் இருக்கும் தண்ணீர் டேங்க்கின் கீழாக அமர்ந்து குடித்துவிட்டு வீட்டுக்கு செல்வதை வழக்கமாக்கியிருந்தான். அந்த இடத்துக்கு யாரும் வருவதில்லை. எப்பொழுதாவது சில குடிகாரர்கள் வருவார்கள். குடித்துவிட்டு பாட்டிலை வீசிவிட்டுச் செல்வார்கள். பாலித்தீன் பைகள், சிகரெட் பாக்கெட்கள், ஆணுறைகள் என்று கச்சடவாக இருந்தாலும் பெரும்பாலும் அமைதியாகத்தான் இருக்கும். நாள் முழுவதும் வாகன நெரிசலின் கசகசப்பில் வதங்கிக் கொண்டிருந்தவனுக்கு அந்த இடத்தின் அமைதி பிடித்திருந்தது. அலைந்து கொண்டிருந்த எண்ணச் சிதறலில் எதையோ நினைத்தபடி குடித்துக் கொண்டிருந்த போது நான்கு பேரும் வந்து சேர்ந்தார்கள். அவனை அவர்கள் அந்த இடத்தில் எதிர்பார்த்திருக்கவில்லை. லிங்கப்பாவுக்கு போதை

ஏறியிருந்தது. அவனைப் பார்த்த நான்கு பேரும் சிரித்துக் கொண்டார்கள். லிங்கப்பாவுக்கு விபரீதம் புரியவில்லை. அவனும் சிரித்தான்.

நான்கு பேரில் ஒருவன் 'தேவடியா பையா...வெரலைக் காட்டிட்டு வந்தியா?' என்றான். லிங்கப்பாவுக்கு மெதுவாக உறைத்தது. தடுமாறினான். அந்த இடத்திலிருந்து எழ முயன்றான். ஒருவன் எட்டி உதைத்தான். அவனது உள்ளங்கால் சரியாக வயிறு மீது இறங்கியது. லிங்கப்பாவுக்கு வயிறு குமட்டியது. வாந்தியெடுப்பது போல சப்தமெழுப்பினான். இன்னொருவன் வெறும் கையால் தலையில் ஓர் அடி விட்டான். லிங்கப்பா சுருண்டு விழுந்தான்.

பால்காரரை முதல் வெட்டு வெட்டியவன் யாருடனோ அலைபேசியில் பேசினான். 'இங்கதான் கிடக்கிறான்' என்றான். 'ஆயித்து' என்று இரண்டு முறை சொல்லிவிட்டுத் துண்டித்துவிட்டு பைக் அருகில் சென்றான். மற்றவர்கள் லிங்கப்பாவை சீண்டிக் கொண்டிருந்தார்கள். அவனால் அவர்களுக்கு பதில் சொல்ல முடியவில்லை. போதையும் பயமும் கலந்து அவனை குழப்பமடையச் செய்திருந்தன. அந்தச் சூழலிலும் பவானியின் முகமும் பவித்ராவின் முகமும் அவனது நினைவுகளில் வந்து போயின. ஒருவன் முதுகில் மிதித்தான்.

'விட்டுடுங்கடா' என்றான்.

அவனது முதுகில் ஈரம் பாவியது. உடல் முழுவதும் வழிந்த திரவம் முகத்தில் இறங்கியது. பின்னணியில் சிரிப்புக் குரல்கள் எழுந்தன. பெட்ரோல் வாடையை அவனால் உணர்ந்து கொள்ள முடிந்தது.

'விடுங்கடா... என் பொண்டாட்டியும் குழந்தையும் பாவம்' என்றான். அவர்கள் மீண்டும் புன்னகைத்தார்கள். 'பச்சைக் குழந்தை....' என்றான். அழுகை பீறிட்டது. அவர்களுக்குத் தன்னைத் தவிர வேறு யாருமில்லை என்று நினைத்தான். தலை மீது ஒருவன் இடறினான். 'பவானி' என்று குழறினான். தீ சுடர் விட ஆரம்பித்தது. ஜ்வாலைக்குள் அவன் கதறக் கதற பைக்குகள் கிளம்பின.

குடிசையின் முன்பாக நின்று 'அக்கா வா....' என்று அந்தப் பொடியன் அழைத்த போது பவானி கையகல முகக் கண்ணாடியில் தலையைச் சரி பார்த்துக் கொண்டிருந்தாள். ●